பொய்மான் கரடு

கல்கி

PEN BIRD™ PUBLICATIONS

+91 8220063246 | penbirdpublications@gmail.com | www.penbird.in

பொய்மான் கரடு
கல்கி ரா.கிருஷ்ணமூர்த்தி

Poimaan Karadu
Kalki R.Krishnamoorthy

முதல் பதிப்பு	- ஜூலை 2025	
PB#51	- நாவல்	ISBN: 978-81-988451-9-1
வடிவமைப்பு	- நா.கௌசிகன்	Rs. 150

Printed by: Manipal Technologies Limited, India - 576104

இந்நூலின் எந்தவொரு பகுதியையும் ஆசிரியர் மற்றும் பதிப்பாளரின் எழுத்து பூர்வ அனுமதியின்றி அச்சு மற்றும் மின்னணு வழியே நகல் எடுப்பது, ஒலிப்பதிவு செய்து வெளியிடுவது, துண்டுப் பிரசுரமாக அச்சிட்டு வெளியிடுவது போன்ற செயல்கள் பதிப்புரிமைச் சட்டத்தின்படி தடை செய்யப்பட்டுள்ளது.

பொருளடக்கம்

முன்னுரை	v
அத்தியாயம் - 1	1
அத்தியாயம் - 2	7
அத்தியாயம் - 3	12
அத்தியாயம் - 4	16
அத்தியாயம் - 5	22
அத்தியாயம் - 6	28
அத்தியாயம் - 7	36
அத்தியாயம் - 8	42
அத்தியாயம் - 9	50
அத்தியாயம் - 10	57
அத்தியாயம் - 11	64
அத்தியாயம் - 12	68
அத்தியாயம் - 13	73
அத்தியாயம் - 14	82
அத்தியாயம் - 15	87
அத்தியாயம் - 16	91
அத்தியாயம் - 17	99
அத்தியாயம் - 18	107
அத்தியாயம் - 19	111
அத்தியாயம் - 20	114
அத்தியாயம் - 21	119

முன்னுரை

ஆஸ்தான கவிஞர்களுக்குப் பாராட்டு உபசாரங்கள் நடத்துவதும் அவர்களுக்குப் பணமுடிப்பு அளிப்பதும் மிக நல்ல சம்பிரதாயங்கள். அத்தகைய வைபவத்துக்கு என்னையும் அழைத்துவிட்டார்களானால், அதன் மகிமையைச் சொல்லத்தரமன்று!

ஆஸ்தான கவிஞர் ராமலிங்கம் பிள்ளை அவர்களுக்கு அவருடைய சொந்த ஊராகிய நாமக்கல்லில் பாராட்டு உபசாரம் நடத்தினார்கள். அதற்கு என்னையும் அழைத்திருந்தார்கள். நானும் சென்றிருந்தேன். இவையெல்லாம் நடந்திராவிட்டால் உலகத்துக்கு எப்பேர்பட்ட அமர இலக்கியம் நஷ்டமாய்ப் போயிருக்கும் என்பதை நினைத்தால் நெஞ்சு திடுக்கிடுகிறது!

நான் எழுதுகிற கதைகள் அமர இலக்கியங்கள் என்பது அடியேனுடைய தாழ்மையான அபிப்பிராயம். (தாழ்மையான அபிப்பிராயமே இப்படியிருந்தால் உயர்வான அபிப்பிராயம் எப்படியிருக்கும் என்று சொல்ல வேண்டியதில்லையல்லவா!) மற்றக் கதைகள் விஷயம் எப்படியிருந்தாலும், இந்தப் 'பொய்மான் கரடு' என்கிற கதை, அமர இலக்கியம் என்பது பற்றிச் சிறிதும் ஐயம் இல்லை.

'அமர இலக்கியம்' என்பது என்ன? பச்சைத் தமிழில் 'சாகாத இலக்கியம்' என்று சொல்லலாம் நல்லது! இந்தப் 'பொய்மான் கரடு' என்னும் கதையில் ஒரு பயங்கரமான கொலை நடக்கிறது; ஆனாலும், யாரும் சாகவில்லை! ஒரு பயங்கரமான தீ விபத்து நேரிடுகிறது; அதிலும் ஒருவராவது சாகவில்லை! ஒரு பெரிய கேணி, வாயை 'ஆ' என்று திறந்து கொண்டிருக்கிறது; அதுவும் ஏமாந்து போகிறது! கதாபாத்திரங்கள் அவ்வளவு பேரும் கதை

முடிவில் நன்றாகப் பிழைத்திருக்கிறார்கள்! இப்படிப்பட்ட கதையை 'அமர இலக்கியம்' என்று சொல்லாவிட்டால், வேறு எதைச் சொல்லுவது?

மேனாட்டுக் கீழ்நாட்டுப் பிரபல கதை ஆசிரியர் பலர், 'நான் கதை எழுதுவது எப்படி' என்பது பற்றி எழுதியிருக்கிறார்கள். என்னையும் அப்படிப்பட்ட பிரபல ஆசிரியராக்கிவிட வேண்டுமென்று சதியாலோசனை செய்த சில நண்பர்கள், 'நீர் கதை எழுதுவது எப்படி?' என்று கேட்பது உண்டு. 'நான் கதையே எழுதுவதில்லையே. என் கையில் பிடித்த பவுண்டன் பேனா அல்லவோ எழுதுகிறது?' என்று பதில் சொல்லிச் சமாளிப்பேன். அதைக்கூடச் சிலர் நம்புவதில்லை. 'நீர் உண்மையில் பவுண்டன் பேனாவைக் கொண்டுதானா எழுதுகிறீர்? சில சமயம் நீர் போடுகிற போட்டைப் பார்த்தால், கடப்பாரையைப் பிடித்துக்கொண்டு எழுதுவதுபோலத் தோன்றுகிறதே!' என்பார்கள்.

அது எப்படியாவது இருக்கட்டும். இந்தப் 'பொய்மான் கரடு' என்னும் கதையை நான் எழுதியது எப்படி என்று மட்டும் சொல்லிவிடுகிறேன்.

ஆஸ்தான கவிஞர் ஸ்ரீராமலிங்கம்பிள்ளை அவர்களுக்கு நாமக்கல்லில் நடைபெற்ற பாராட்டு விழாவுக்கு நான் சென்றபோது வழியில் 'பொய்மான் கரடு' என்னும் இடத்தைப் பார்த்தேன். அந்தக் காட்டின் குகையில் தோன்றிய மாயமானையும் பார்த்தேன். அந்த மாயமான் மலைக்குகையிலிருந்து என் மனக்குகையில் வந்து புகுந்து கொண்டது. மிகவும் தொந்தரவுபடுத்திக் கொண்டிருந்தது. எத்தனைதான் நல்ல வார்த்தையாகச் சொல்லியும் என் மனதை விட்டுப் போக மறுத்துவிட்டது. கனவிலும் நனவிலும் வேண்டாத இடங்களிலும் எதிர்பாராத சமயங்களிலும் அந்தப் பொய்மான் என் கவனத்தைக் கவர்ந்து பிராணனை வாங்கிக்கொண்டிருந்தது. ஒரு நாள் எனக்குக் கடுங்கோபம் வந்து, 'ஓ, பொய்மானே! நீ என் மனதை விட்டுப்போகிறாயா இல்லையா? போகாவிட்டால் உன்னைப்பற்றி ஒரு கதை எழுதி ஊர் சிரிக்க அடித்துவிடுவேன்!' என்று சொன்னேன். அதற்கும் அந்தப் பொய்மான் அசைந்து கொடுக்கிறதாக இல்லை. கடைசியில் ஒரு கதை எழுதியே தீர்த்தேன். பாத்திரங்கள் பெரும்பாலும் சேலம் ஜில்லாவைச் சேர்ந்த பாத்திரங்கள். திருச்செங்கோடு காந்தி ஆசிரமத்தில் நான் தங்கியிருந்த காலத்தில் பார்த்துப் பழகிய பாத்திரங்கள்.

பாத்திரங்கள் சிலர் முரடர்களாயிருப்பதாகவும், கதையும் சில இடங்களில் கரடு முரடாயிருப்பதாகவும் வாசகர்களுக்குத்

தோன்றினால், அது கதை நடந்த இடத்தின் கோளாறே தவிர, என் குற்றமன்று என்பதைத் தெரிவித்துக் கொள்கிறேன்.

நம் ஒவ்வொருவருடைய வாழ்க்கையிலும் சில சமயம் பொய்மான்கள் எதிர்ப்படுகின்றன. அந்தச் சமயத்துக்கு அவை உண்மையாகவே தோன்றுகின்றன. அந்தப் பொய்மான்களைத் துரத்திக்கொண்டு நாம் ஓடுகிறோம். துரத்திப் போகும்போது அம்மம்மா, எத்தனை பரபரப்பு! எவ்வளவு மனக்கிளர்ச்சி! என்ன தீவிர உணர்ச்சி! ஆனால், எவ்வளவு தூரம் தேடிப் போனாலும் பொய்மான் வெறும் மாயைத் தோற்றந்தான் என்பதைக் கடைசியில் உணர்கிறோம். ஏமாற்றம் அடைகிறோம்.

நம்மில் ஒவ்வொருவருக்கும் வாழ்க்கையில் ஏற்பட்ட கடமையை உணர்ந்து அதை நன்கு நிறைவேற்ற முயல்வோமானால், அதில் மனத்திற்கு உண்டாகும் திருப்தியும் நிம்மதியும் வேறெதிலும் ஏற்படுவதில்லை. இந்த உண்மையைப் 'பொய்மான் கரடு' என்னும் இக்கதையை எழுதும்போது நான் நன்கு உணர்ந்தேன்.

ரா.கிருஷ்ணமூர்த்தி
'கல்கி'

அத்தியாயம் – 1

ஒரே தொழிலைச் சேர்ந்தவர்கள் நாலு பேர் ஓரிடத்தில் கூடினால் தங்கள் தொழிலைப் பற்றிப் பேசுவது இயற்கையேயாகும். நகைக்கடை வியாபாரிகள் நாலு பேர் ஓரிடத்தில் சேர்ந்தால் தங்கம், வெள்ளி விலைகளைப் பற்றிப் பேசுவார்கள். மளிகைக் கடைக்காரர்கள் துவரம் பருப்பு, மிளகாய் வற்றல் அல்லது மிளகு விலையைப் பற்றிப் பேசுவார்கள். பத்திரிகையாளர்கள் சிலர் ஓரிடத்தில் கூடினால் அந்த அந்தப் பத்திரிகைகளின் 'சர்க்குலேஷன்' என்ன, யார் அதிகப் பொய் சொல்லுகிறார்கள் என்பது பற்றி விவாதிப்பார்கள்.

ஹைகோர்ட் ஜட்ஜுகள் ஐந்தாறு பேர் சேர்ந்தால் எதைப்பற்றிப் பேசுவார்கள் என்று உங்களால் சொல்ல முடியுமா? சில நாளைக்கு முன்னால் ஒரு 'டீ பார்ட்டி'க்குச் சென்றிருந்தேன். கொஞ்சம் தாமதித்துச் சென்றபடியால் எங்கே உட்காரலாமென்று அங்குமிங்கும் பார்க்க வேண்டியதாயிற்று. ஹைகோர்ட் ஜட்ஜுகள் சிலர் சேர்ந்திருந்த மூலையிலே தான் ஓர் இடம் காலியாக இருந்தது. அங்கே சென்று உட்காரும்படி நேர்ந்தது.

அவர்கள் என்ன பேசிக்கொண்டிருந்தார்கள் தெரியுமா? கொலைக் கேஸுகளைப் பற்றித்தான். கொலை வழக்குகள் எந்த எந்த ஜில்லாக்களில் குறைந்திருக்கின்றன, எந்த ஜில்லாக்களில் அதிகமாயிருக்கின்றன என்னும் விஷயத்தைப் பற்றி அபிப்பிராய பரிவர்த்தனை செய்து கொண்டிருந்தார்கள். 'மதுவிலக்குச் சட்ட அமுலுக்குப் பிறகு திருநெல்வேலி ஜில்லாவில் கொலைக் குற்றங்கள் குறைந்திருக்கின்றன' என்று ஒரு ஹைகோர்ட் ஜட்ஜு அபிப்பிராயப்பட்டார். அதை யாரும் ஆட்சேபிக்கவில்லை. 'கோயமுத்தூர் ஜில்லாவில் கொலைக் குற்றங்கள் முன்போலவே இருக்கின்றன; குறையவும் இல்லை.

அதிகமாகவும் இல்லை' என்றார் ஒரு ஹைகோர்ட் ஜட்ஜு. அதையும் யாரும் ஆட்சேபிக்கவில்லை.

இன்னொருவர், 'சேலம் ஜில்லாவில் கொலைக் குற்றம் அதிகமாகியிருக்கிறது' என்று சொன்னார். 'அப்படியா? அது எப்படி சாத்தியம்?' என்று ஒருவர் கேட்டார். 'எப்படி என்றால், அப்படித்தான்! உண்மை அப்படியிருக்கிறது!' என்று முதலில் பேசிய ஹைகோர்ட் ஜட்ஜு கூறினார். இதற்கு அப்பீல் ஏது?

பார்ட்டி முடிந்தது. அவரவர்களும் எழுந்துசென்றார்கள். ஹைகோர்ட் ஜட்ஜுகள் தனித்தனியே பிரிந்ததும் வெவ்வேறு விஷயங்களைப் பற்றிச் சிந்தனை செய்யத் தொடங்கியிருப்பார்கள். ஆனால், சேலம் ஜில்லாவில் கொலை அதிகமாயிருக்கிறது என்று ஒரு ஜட்ஜு சொன்ன வார்த்தையை என்னால் மறக்க முடியவில்லை. சில மாதங்களுக்கு முன்பு சேலம் ஜில்லாவுக்கு நான் போயிருந்தேன். அங்கே தற்செயலாக ஒரு கதை கேள்விப்பட்டேன். அந்தக் கதையில் முக்கியமான சம்பவம் ஒரு கொலைதான்! குற்றவாளி யார் என்று கண்டுபிடிக்கப்படாத மர்மமான கொலை! அதன் வரலாறு என் மனத்தில் வந்து வட்டமிட்டது. அதை சுற்றிச் செங்கோடக் கவுண்டன், செம்பவளவல்லி, பங்காருசாமி, சுந்தரராஜன், குமாரி பங்கஜா முதலியவர்கள் வட்டமிட்டு வந்தார்கள். இதற்கெல்லாம் பின்னணியில் பொய்மான் கரடு, ஒரு பெரிய கரிய பூதம் தன்னுடைய கோரமான பேய் வாயைத் திறந்துகொண்டு நிற்பதுபோல் நின்று கொண்டேயிருந்தது.

●

சேலத்திலிருந்து நாமக்கல்லுக்கு ஒரு சிநேகிதரின் மோட்டார் வண்டியில் போய்க்கொண்டிருந்தேன். காலை நேரம். வானத்தை நாலாபுறமும் மேகங்கள் மூடியிருந்தன.

"இந்த ஜில்லாவில் மழை பெய்து ஆறு மாதம் ஆயிற்று. இன்றைக்குத்தான் மேகம் மூடியிருக்கிறது. மழை பெய்தால் நல்லது. ஒருவேளை மேகம் இன்றைக்கும் ஏமாற்றிவிட்டுப் போய்விடுமோ, என்னமோ?" என்று மோட்டார் டிரைவர் கூறினான்.

"இந்த ஜில்லாவில் மட்டும் என்ன? தமிழ்நாடு முழுவதிலுந்தான் மழை இல்லை!" என்றேன்.

"மற்ற ஜில்லாக்களில் மழை இல்லாததற்கும் இந்த ஜில்லாவில் மழை இல்லாததற்கும் வித்தியாசம் உண்டு ஸார்! இங்கே

கிணறுகளில் தண்ணீர் வற்றிவிட்டது. இன்னும் கொஞ்சநாள் மழை பெய்யாவிட்டால் குடிக்கத் தண்ணீர் கிடைக்காது!" என்றான்.

மேகத்துக்கும் மழைக்கும் மனிதனுடைய வாழ்க்கைக்கும் உள்ள நெருங்கிய சம்பந்தத்தைப் பற்றிச் சிந்தனை செய்யத் தொடங்கினேன். கார் 'விர்' என்று போய்க்கொண்டிருந்தது. சாலையின் இருபுறங்களிலும் சேலம் ஜில்லாவில் சாதாரணமாகத் தென்படும் காட்சிகள்தான். விஸ்தாரமான சமவெளிப் பிரதேசங்கள், இடையிடையே கரிய நிற மொட்டைப்பாறைகள். சோளமும் பருத்தியும் முக்கியமான பயிர்கள். மழையில்லாமையால் சோளப் பயிர்கள் வாடி வதங்கிக் கொண்டிருந்தன.

பாலைவனத்து ஜீவ பூமிகளைப்போல் அபூர்வமாக அங்கங்கே பசுமையான சிறு தோப்புகள் காணப்படும். அந்தத் தோப்புகளுக்கு மத்தியில் ஒரு கேணி இருக்கிறதென்று ஊகித்தறியலாம். ஒவ்வொரு கேணியைச் சுற்றிலும் ஐந்தாறு தென்னை, ஒரு வேம்பு, இரண்டு வாழை, அப்பால் சிறிது தூரம் பசுமையான பயிர்; இவற்றைக் காணலாம். கேணிகளில் கமலை ஏற்றம் போட்டுத் தண்ணீர் இறைத்துக் கொண்டிருப்பார்கள். கேணிகளில் ஒரு சொட்டு ஜலம் இருக்கும்வரையில் விடாமல் சுரண்டி எடுத்து வயலுக்கு இறைத்து விடுவார்கள்!

இதையெல்லாம் பார்த்துக்கொண்டு, குடியானவர்களின் வாழ்க்கையில் உள்ள இன்ப துன்பங்களைப் பற்றி எண்ணிக்கொண்டு, மணிக்கு முப்பது மைல் வேகத்தில் போய்க்கொண்டிருந்தேன். அரை மணி நேரப் பிரயாணத்திற்குப் பிறகு தூற்றல் போடத் தொடங்கியது. சாலையில் சென்றவர்கள் மழைக்குப் பயந்து ஓடவும் இல்லை; ஒதுங்க இடம் தேடவும் இல்லை. வேகமாய் நடந்தவர்கள் கூடச் சிறிது நின்று வானத்தை அண்ணாந்து பார்த்து மழையின் இன்பத்தை அனுபவித்தார்கள்.

சற்று தூரத்தில் ஆடுகள் ஓட்டிக்கொண்டு போன சிறுவன் ஒருவன் குஷாலாகப் பாட ஆரம்பித்தான்.

தூற்றல் போட்டுக் கொண்டிருக்கும்போதே மேகங்கள் சற்று விலகிச் சூரியன் எட்டிப் பார்த்தது. காலைச் சூரிய கிரணங்களில் மழைத் துளிகள் முத்துத் துளிகளாக மாறின. வானம் அச்சமயம் முத்து மழை பெய்வதாகவே தோன்றியது.

சாலை ஓரத்துக் கிராமம் ஒன்று வந்தது. ஒரு பக்கத்தில் பத்துப் பன்னிரண்டு குடிசை வீடுகள் இருந்தன. ஒரு குடிசையின் வாசலில் போட்டிருந்த கயிற்றுக் கட்டிலில் பெரியவர் ஒருவர் உட்கார்ந்து

மழையை அனுபவித்துக் கொண்டிருந்தார். கட்டிலில் விரித்திருந்த ஜமக்காளத்தைக்கூட அவர் சுருட்டவில்லை.

குடிசைகளையொட்டியிருந்த சில்லறைக்கடை ஒன்றில் ஒரு வாழைப்பழக் குலையும், ஒரு முறுக்கு மாலையும் தொங்கிக் கொண்டிருந்தன. வீதி நாய் ஒன்று முறுக்கு மாலையை எட்டிப் பிடிக்க முயன்று கொண்டிருந்தது. அதைக்கூடக் கவனியாமல் கடைக்காரப் பையன் மழையைக் கவனித்துக் கொண்டிருந்தான்.

மோட்டார் வண்டி நின்றது. சாலையின் ஒரு பக்கத்தில் குடிசைகள் இருந்தன என்று சென்னேனல்லவா? இன்னொரு பக்கத்தில் ஒரு செங்குத்தான கரிய பாறை. அதற்கு முன்புறம் ஓர் அரசமரமும் வேம்பும் பின்னித் தழுவி வளர்ந்திருந்தன. அரச வேம்பு மரங்களைச் சுற்றிக் கருங்கல் மேடை எடுத்திருந்தது.

டிரைவர் வண்டியிலிருந்து இறங்கினான். வேறு ஏதோ காரியமாக இறங்குகிறான் என்று நினைத்தேன்.

"ஸார்! கொஞ்சம் கீழே இறங்குங்கள்! உங்களுக்கு ஒரு வேடிக்கை காட்டுகிறேன்!" என்றான்.

வேண்டா வெறுப்புடன், "இந்த வம்புக்காரனிடம் அகப்பட்டுக் கொண்டோமே?" என்று அலுத்துக்கொண்டு வண்டியிலிருந்து இறங்கினேன்.

"என்ன வேடிக்கை? எங்கே?" என்று கேட்டேன்.

"அதோ பாருங்கள்!" என்று சாலைக்கு ஐம்பது அடி தூரத்தில் செங்குத்தாக உயர்ந்திருந்த கரிய பாறையைக் காட்டினான்.

"என்னத்தைப் பார்க்கிறது? மொட்டைப் பாறையாக நிற்கிறதே! ஒரு மரம், செடி, புல் பூண்டுகூடக் காணோமே?" என்றேன்.

"இல்லை, ஸார்! அவசரப்படாமல் நிதானமாய்ப் பாருங்கள்! பாறையில் ஒரு பொந்து மாதிரி இருக்கிறதே அதற்குள் பாருங்கள்! நீங்கள் கதை எழுதுகிறவர் ஆச்சே, அதற்காகத்தான் பார்க்கச் சொல்லுகிறேன். உங்கள் மாதிரி ஆட்கள்தான் இதைப் பார்க்க வேண்டும்!" என்றான்.

இதைக் கேட்டதும் நானும் அவன் சொல்வதில் ஏதோ இருக்கவேண்டும் என்று கவனமாகப் பார்த்தேன். கரிய பாறையின் இருண்ட பொந்துக்குள் ஏதோ ஒன்று தெரிந்தது.

"தெரிகிறதா? மான் தெரிகிறதா?" என்று டிரைவர் கேட்டான்.

ஆம்; அவன் சொன்ன பிறகு பார்த்தால் அந்தப் பாறையின் பொந்துக்குள்ளேயிருந்து ஒரு மான் எட்டிப் பார்ப்பது நன்றாய்த் தெரிந்தது. ஆனால், அந்த மான் அசையாமல் நகராமல் நின்ற இடத்திலேயே நின்றது.

"ஆமாம்; அந்தப் பொந்தில் மான் நிற்பது தெரிகிறது. உள் பாறையில் அப்படி மான்போல் செதுக்கி வைத்திருக்கிறதா?" என்று கேட்டேன்.

"அதுதான் இல்லை. அருகில் போய்ப் பொந்துக்குள் பார்த்தால் ஒன்றுமே இல்லை. வெறும் இருட்டுத்தான் இருக்கிறது. இங்கிருந்து பார்த்தால் மட்டும் அந்த மாயமான் தெரிகிறது!" என்றான்.

"நீ சொல்வதை என்னால் நம்ப முடியவில்லை. அதோ மான் நிற்பது நன்றாகத் தெரிகிறதே! அங்கிருந்து நம் பேரில் அப்படியே தாவிக் குதிக்கத் தயாராக நிற்கிறதே!" என்றேன்.

"அதுதான் ஸார், வேடிக்கை! அதற்காகத்தான் உங்களை இறங்கிப் பார்க்கச் சொன்னேன். உண்மையில் அந்தப் பொந்துக்குள் ஒன்றுமேயில்லை. இங்கிருந்து பார்த்தால் மான் நிற்பது போலத் தெரிகிறது. இன்றைக்கு நேற்றைக்கு இல்லை. வெகுகாலமாக இப்படி இருக்கிறது. அதனாலேதான் இந்தப் பாறைக்குப் 'பொய்மான் கரடு' என்ற பெயரும் வந்திருக்கிறது. உங்களையும் என்னையும் போல் எத்தனை ஆயிரம் பேர் எத்தனை காலமாக இங்கே நின்று அந்தப் பொய்மானைப் பார்த்து ஏமாந்து போயிருக்கிறார்களோ?" என்றான் டிரைவர்.

"நான் ஒன்றும் ஏமாறவில்லை! கட்டாயம் அங்கே ஒரு மான் இருக்கிறது!" என்றேன்.

"உங்களுக்கு நம்பிக்கை ஏற்படவில்லைபோல் இருக்கிறது. வாருங்கள், என்னுடன்!" என்றான்.

அவனைப் பின்பற்றித் தட்டுத் தடுமாறி மலைப்பாறையில் ஏறினேன். குகைக்குச் சமீபத்தில் சென்று எட்டிப் பார்த்தேன். அதற்குள் ஒரு மான் - பாறையில் செதுக்கிய மான் - கட்டாயம் இருக்கும் என்று எண்ணிக்கொண்டு பார்த்தேன். ஆனால், ஏமாந்துதான் போனேன். வெறும் இருட்டைத் தவிர அந்தப் பொந்துக்குள் வேறு ஒன்றுமே இல்லை.

"இப்போது நம்புகிறீர்களா?" என்று டிரைவர் கேட்டான்.

கீழே இறங்கி வந்தோம். சாலையில் நின்று மறுபடியும் பார்த்தேன். பொய்மான் சாக்ஷாத்தாக நின்று எட்டிப் பார்த்து என்னைக் கேலி செய்தது.

முண்டும் முரடுமாக நின்ற நெடும் பாறையில் ஏதோ ஒரு பகுதியின் நிழல் அந்தப் பொந்துக்குள் விழுந்து மாயமான் தோற்றத்தை உண்டாக்கிக் கொண்டிருக்க வேண்டும்.

இதற்குள்ளே அந்த ஊரிலுள்ள சின்னப் பசங்கள் எல்லோரும் வந்து எங்கள் வண்டியைச் சூழ்ந்து கொண்டிருந்தார்கள். அவர்களை விலக்கிவிட்டு டிரைவர் வண்டிக் கதவைத் திறந்தான். நான் ஏறி உட்கார்ந்ததும் வண்டி நகர்ந்தது.

"ஒருவராவது இந்த நாளில் ராமேசுவரம் காசி போகிறதில்லை. ஆனால், ஊருக்கு ஊர் பிள்ளைகள் வசவசவென்று பெருகிக் கொண்டே இருக்கிறார்கள்!" என்றான் டிரைவர்.

என்னுடைய ஞாபகமெல்லாம் அந்தப் பொய்மான் பேரிலேயே இருந்தது. அதைப்பற்றி உள்ளூரில் ஏதாவது கதை வழங்கி வரவேண்டும் என்று நினைத்தேன்.

"அந்தப் பொய்மான் கரடு ரொம்ப விசித்திரமானதுதான். அதைப்பற்றி ஏதாவது பழைய கதை உண்டா?" என்று கேட்டேன்.

"பழைய கதை ஒன்றும் இல்லை. நான் கேள்விப்படவில்லை. ஆனால், புதிய கதை ஒன்று உண்டு; ஏழெட்டு வருஷத்துக்கு முன்னால் நடந்தது. ஐயாவுக்குக் கேட்க இஷ்டம் இருந்தால் சொல்லுகிறேன்" என்றான்.

"இது என்ன வார்த்தை? இஷ்டம் இருந்தால் என்ன வந்தது? நான் தான் காதைத் தீட்டிக்கொண்டு காத்திருக்கிறேனே! நடக்கட்டும்; நடக்கட்டும்! காரை மட்டும் எதிரே வரும் லாரிகளுடன் மோதாமல் ஜாக்கிரதையாக விட்டுக்கொண்டு கதையைச் சொல்; கேட்கலாம்! நாமக்கல் போய்ச் சேருவதற்குள்ளே கதை முடிந்துவிடும் அல்லவா? அப்படியானால் சரி, உடனே ஆரம்பி கதையை!" என்றேன்.

அத்தியாயம் – 2

பொய்மான் கரடுக்குச் சுமார் ஒருமைல் தூரத்தில் செங்கோடக் கவுண்டனின் காடும் கிணறும் இருந்தன. சேலம் ஜில்லாவில் காடு என்றால், வயல், நிலம், பண்ணை என்று அர்த்தம். செங்கோடனுடைய ஐந்து ஏக்கரா நிலம் அவனுக்குத் தியாக வீர மான்யமாகக் கிடைக்கவில்லை. ஆயினும் அவனுடைய பெற்றோர்கள் அந்த நிலத்தைப் பண்படுத்துவதற்கும் கேணி எடுப்பதற்கும் செய்த தியாகங்களின் பலனை இன்றைக்குச் செங்கோடன் அனுபவித்து வந்தான். அவனுடைய ஐந்து ஏக்கரா நிலத்தில் பொன்னும் மணியும் முத்தும் பவளமும் விளையும். இவற்றைக் காட்டிலும் விலை உயர்ந்த பொருள்களான நெல்லும் சோளமும் பருத்தியும் மிளகாயுங்கூட விளையும். செங்கோடனுடைய கேணி, புதையல் எடுக்கும் கேணி. வருஷம் முழுவதும் அதில் புதையல் எடுத்துக்கொண்டே இருக்கலாம். அப்படி வற்றாமல் தண்ணீர் சுரக்கும் கேணி அது. மூன்று வருஷமாக மழை பெய்யாமல் சுற்று வட்டாரத்துக் கேணிகளில் எல்லாம் தண்ணீர் வற்றிவிட்ட போதிலும் செங்கோடன் கேணியில் மட்டும் தண்ணீர் சுரந்து கொண்டேயிருந்தது. செங்கோடனும் தினந்தோறும் ஒரு சொட்டுத் தண்ணீர்கூட வீணாக்காமல் வயல்களுக்கு இறைத்துக் கொண்டிருப்பான். மூன்று போகம் பயிர் செய்து பலன் எடுப்பான்.

செங்கோடன் அநாதை. அவனுடைய தாய் தந்தையர் காலமாகிவிட்டனர். அக்கா, தங்கை, அண்ணன், தம்பி பிச்சுப் பிசிறு ஒன்றும் கிடையாது. வயதான கிழ அத்தை ஒருத்தி சில காலம் அவன் வீட்டில் இருந்து சமைத்துப் போட்டுக் கொண்டிருந்தாள். அவளுக்குச் சோறு போட மனம் இல்லாமல் செங்கோடன் அவளை அடித்து

விரட்டிவிட்டான் என்று ஊரில் பேசிக்கொண்டார்கள். ஆனால், உண்மை அப்படியல்ல; அந்த அத்தைக் கிழவி தன் தங்கை மகளைச் செங்கோடன் கழுத்தில் கட்டிவிடப் பிரயத்தனம் செய்தது அவனுக்குப் பிடிக்கவில்லை. அதனாலேதான் அவளைத் துரத்தி விட்டான்.

செங்கோடனைக் கலியாண வலையில் சிக்கவைத்து இல்லறத்தில் அமர்த்திவிட இன்னும் பல முயற்சிகளும் நடந்து கொண்டிருந்தன. அதே ஊரிலும் சுற்று வட்டாரத்திலும் பல பெண்கள் அவனுக்காக மற்றவர்களால் பேசப்பட்டார்கள். ஆனால், செங்கோடன் ஒன்றுக்கும் பிடிகொடுக்கவேயில்லை; யாருடைய வலையிலும் சிக்கவில்லை. கடைசியில் அவன் இந்தக் கலியாணப் பேச்சுத் தொல்லை பொறுக்க முடியாமல் ஒரு காரியம் செய்தான். ஊருக்குள் இருந்த குடிசையைக் காலிசெய்துவிட்டு அவனுடைய காட்டின் நடுவில் கேணிக் கரையில் ஒரு குடிசை போட்டுக்கொண்டு குடியிருக்கத் தொடங்கினான். அதிலிருந்து செங்கோடனுக்கு மனநிம்மதி ஏற்பட்டது. ஆனால், ஊரில் கெட்டபெயர் பரவிற்று. அவன் தரித்திரம் பிடித்த கருமி என்றும், பெண்டாட்டியைக் கட்டிக்கொண்டால் அவளுக்குச் சோறு போட வேணுமே என்பதற்காகப் பிரமச்சாரி வாழ்க்கை நடத்துகிறான் என்றும் அக்கம்பக்கத்து ஊர் ஜனங்கள் பேசிக்கொண்டார்கள். இது ஒன்றும் செங்கோடன் காதில் விழவில்லை. அவன் உண்டு, அவன் கேணி உண்டு, அவன் விவசாயம் உண்டு என்று வாழ்க்கை நடத்தி வந்தான்.

ஆனாலும், அவனுடைய மனநிம்மதி ஒவ்வொரு சமயம் குலைவதற்குக் காரணமாயிருந்த ஒரு பெண் இருந்தாள். அவள் பெயர் செம்பவளவல்லி. 'செம்பா' என்று கூப்பிடுவார்கள். செம்பா பெரிய குடும்பத்தில் பிறந்தவள். தாய், தகப்பன், பாட்டி, அத்தை, தம்பிமார்கள், தங்கைமார்கள் வீடு நிறைய இருந்தார்கள். செம்பாவின் தகப்பனுக்குக் காடு, கேணி எல்லாம் இருந்தபோதிலும் பெரிய குடும்பமாகையால் ஓயாமல் தரித்திரம் குடி கொண்டிருக்கும். வயலில் எவ்வளவு விளைந்தாலும் வீட்டில் உள்ளவர்கள் சாப்பிடுவதற்குக் காணாது. வீட்டில் சாப்பாட்டுக்கு ஆட்கள் அதிகமே தவிர, உழைக்கக் கூடியவர்கள் அதிகமில்லை. இப்படிப்பட்ட பெரிய குடும்பத்தில் ஓயாத தரித்திரத்துக்கும் ஒழியாத கூச்சலுக்கும் மத்தியில் செம்பவளம் வாழ்ந்து, வளர்ந்து வந்தாள். சேற்றுத் தவளைகளுக்கு மத்தியில் செந்தாமரையைப் போலவும், குப்பைக் கோழிகளுக்கு மத்தியில் தோகை மயிலைப் போலவும், சப்பாத்திக் கள்ளிகளுக்கு மத்தியில் செம்பருத்திச்

செடியைப் போலவும் அவள் பிரகாசித்து வந்ததாகச் செங்கோடன் அடிக்கடி எண்ணுவான்.

இவ்வாறு தனது உள்ளத்தைக் கொள்ளை கொண்டிருந்த செம்பாவைக் கலியாணம் செய்து கொள்வது பற்றியும் அவன் அடிக்கடி யோசனை செய்யாமல் இல்லை. அவன் மனத்தில் தானாக அந்த யோசனை உதித்திராவிட்டாலும், செம்பாவின் பெற்றோர்களும் உற்றார் உறவினரும் அவனைச் சும்மா விடவில்லை. செங்கோடனை அவர்களில் யாராவது சந்திக்க நேர்ந்த போதெல்லாம், "ஏண்டா அய்யாக் கவுண்டன் மகனே! எங்கள் செம்பவளவல்லியை நீ கட்டிக்கொள்ளப் போகிறாயா, இல்லையா? இரண்டில் ஒன்று கறாராகச் சொல்லிவிடு! எத்தனை நாள் அவளைக் கன்னி கழியாமல் உனக்காக வைத்திருப்பது? நீ இல்லாவிட்டால் இன்னும் எத்தனையோ பேர் 'கண்டேன் கண்டேன்' என்று கொத்திக்கொண்டு போய்விடக் காத்திருக்கிறார்கள்" என்று பச்சையாகக் கேட்டுவிடுவார்கள். ஆனால், செங்கோடன் அதற்கெல்லாம் கொஞ்சமும் அசைந்து கொடுப்பதில்லை. "அப்படி மேலே விழுந்து யாராவது பெண் கேட்க வந்தால் கட்டிக்கொடுத்து அனுப்புங்களேன்! நானா குறுக்கே விழுந்து மறிக்கிறேன்?" என்று பிடிகொடாமல் பதில் சொல்லுவான்.

எல்லோரும் சேர்ந்து சூழ்ச்சி செய்து செம்பாவைத் தன் கழுத்தில் கட்டிவிடப் பார்த்துக் கொண்டிருக்கிறார்கள் என்ற பீதி செங்கோடன் மனத்தில் குடிகொண்டிருந்தது. செம்பாவைக் கட்டிக் கொள்வதில் அவனுக்கு ஆசை இல்லாமல் இல்லை. பகலில் கேணியிலிருந்து தண்ணீர் இறைக்கும் போதும் சரி, காட்டில் மண்வெட்டி பிடித்து வேலை செய்யும் போதும் சரி, இரவில் தூக்கத்தில் கனவிலும் சரி, செம்பாவின் முகமும் புன்சிரிப்பும் கண் சுழற்றலும் அவன் மனத்தில் அடிக்கடி வந்து கொண்டிருக்கும். குடிசைக்குள் அடுப்பு மூட்டி உலைப்பானையைப் போடும் போதெல்லாம், 'வீட்டில் ஒரு பெண்பிள்ளை இருந்தால் எவ்வளவு சல்லிசாக இருக்கும்! இந்த அடுப்பு மூட்டும் வேலையெல்லாம் நாம் செய்ய வேண்டியதில்லையல்லவா?' என்று தோன்றும். ஆனாலும், கலியாணம் என்று செய்துகொண்டால் செம்பாவின் குடும்பத்தார் அனைவரும் தன் வீட்டில் வந்து உட்கார்ந்து அட்டூழியம் செய்ய ஆரம்பித்துவிடுவார்கள் என்றும், நாலைந்து வருஷமாகத் தான் அரும்பாடு பட்டு இராப்பகலாக உழைத்துச் சேர்த்து வைத்திருக்கும் பணத்தைப் பரிசம் என்றும், சேலை என்றும், கலியாண விருந்து என்றும் சொல்லிச் சூறையிட்டுவிடுவார்கள் என்றும் அவன் மனத்தில் பெரும் பீதி குடிகொண்டிருந்தது. செம்பாவின் பேரில்

அவனுக்குள்ள ஆசையும், சேர்த்துப் புதைத்து வைத்திருந்த பணத்தின்மேல் அவனுக்கிருந்த ஆசையும் ஒன்றோடொன்று போட்டியிட்டுக் கொண்டிருந்தன. இரண்டையும் காப்பாற்றிக் கொள்ள வேண்டும் என்று அவன் விரும்பினான். ஆனால், எதாவது ஒன்றைக் கைவிட்டுத்தான் ஆகவேண்டும் என்று ஏற்பட்டுவிட்டால் என்ன செய்வது என்று தயங்கினான். சில சமயம், 'செம்பாவைப் போல் நூறு பெண்கள் கிடைப்பார்கள்; ஆனால், வெள்ளி ரூபாய் எண்ணூறு இலேசில் கிடைக்குமா? நாலு வருஷம் பாடுபட்டால் அல்லவா கிடைக்கும்?' என்று தோன்றும். 'பணமாவது பணம்! பணம் இன்றைக்கு இருக்கும்; நாளைக்குப் போகும். ஆனால், செம்பாவைப்போல் ஒரு பெண் ஆயிரம் வருஷம் தவம் செய்தாலும் கிடைப்பாளா?' என்று இன்னொரு சமயம் அவனுக்குத் தோன்றும். இந்த இரண்டுவித எண்ணங்களுக்குமிடையே நிச்சயமான ஒரு முடிவுக்கு வர முடியாமல் செங்கோடன் திகைத்தான்; திணறினான்; திண்டாடினான்.

இப்படி இருக்கும்போது ஒருநாள் காலையில் செங்கோடன் கேணியிலிருந்து தண்ணீர் இறைத்துவிட்டு, மாட்டைக் கமலை ஏற்றத்திலிருந்து அவிழ்த்து விட்டுவிட்டு கிணற்றங்கரையில் மரத்து நிழலில் இளைப்பாற உட்கார்ந்தான். அப்போது அவன் மனம் தன்னை அறியாமல் செம்பாவின்மேல் சென்றது. 'பணச்செலவைப் பாராமல் செம்பாவைக் கட்டிப்போட்டு வைத்திருந்தால் இச்சமயம் கஞ்சியோ, கூழோ அல்லது நீராகாரமோ கொண்டு வருவாள் அல்லவா?' என்று நினைத்தான். அந்தச் சமயத்தில் ஏதோ பின்னால் சலசலவென்று சத்தம் கேட்டுத் திரும்பிப் பார்த்தான். அங்கே இடுப்பில் சோற்றுக் கூடையுடன் செம்பா நின்றாள்.

மனத்தில் எவ்வளவு வியப்பும் மகிழ்ச்சியும் இருந்தாலும் வெளியில் காட்டிக்கொள்ளாமல், "அப்படியா! ஓகோ! நீதானா? யாரோ என்று பார்த்தேன்" என்றான் செங்கோடன்.

"என்னைப் பார்ப்பதற்குப் பிடிக்கவில்லையாக்கும்? நான் வந்தது பிசகுதான்!" என்றாள் செம்பா.

"யார் சொன்னது பிடிக்கவில்லை என்று? வா வா! வந்துவிடு! இங்கே வந்து என் பக்கத்தில் உட்காரு!" என்றான் செங்கோடன்.

"இல்லை, நான் போகிறேன்!" என்று அரை மனத்துடன் செம்பா திரும்பிப்போகப் பார்த்தாள்.

செங்கோடன் எழுந்து ஓடிச்சென்று அவளை வழி மறித்து நின்று, "வா! வா! வந்துவிட்டுக் கோபித்துக்கொண்டு போகலாமா?"

என்று சொல்லி, அவள் கையைப் பிடித்து இழுத்துக்கொண்டு வந்து தன் பக்கத்தில் உட்கார வைத்துக் கொண்டான்.

சிறிது நேரம் அவர்கள் சும்மா இருந்தார்கள். உச்ச ஸ்தாயில் முறை வைத்துப் பாடிய இரண்டு குயில்களின் குரல் கேட்டது. அணிப்பிள்ளைகள் 'கிளிக்' 'கிளிக்' என்று சப்தித்தன. குருவி ஒன்று 'சிவ்' என்று பறந்து சென்றது.

"செம்பா! எங்கே இப்படி வந்தாய்? ஏதாவது காரியம் உண்டா?" என்றான் செங்கோடன்.

"ஒரு காரியமும் இல்லை; சும்மா உன்னைப் பார்க்கத் தான் வந்தேன்?"

"காரியம் இல்லாமல் வெறுமனே பார்ப்பதற்கு வருவார்களா?"

"ஏன் வரமாட்டார்கள், கவுண்டா! போன சனிக்கிழமை சின்னமநாயக்கன்பட்டிக்கு சினிமா பார்க்கப் போயிருந்தோம். அதிலே மோகனாங்கி என்று ஒருத்தி வருகிறாள். அவள் தன் புருஷனுக்காக என்னென்ன கஷ்டமெல்லாம் படுகிறாள், தெரியுமா? அதைப் பார்த்துவிட்டு அழாதவர்கள் கிடையாது."

"ஓஹோ! சினிமா பார்க்கப் போயிருந்தீர்களா? ஏதோ கூடார சினிமா வந்திருக்கிறது என்று சொன்னார்களே அதற்கா போனீர்கள்? யார் யார் போயிருந்தீர்கள்?"

"அப்பா, அம்மா, தங்கச்சி, தம்பி, எல்லாருமாகத்தான் போயிருந்தோம். தலைக்கு இரண்டே காலணா டிக்கெட். மொத்தம் ஒரு ரூபாயும் மூன்று அணாவும் செலவு. 'போனால் போகட்டும்! இந்த மாதிரி அதிசயக் காட்சிகளை எங்கே பார்க்கப் போகிறோம்? ஆயிரம் ரூபாய் கொடுத்தாலும் பார்க்க முடியுமா?' என்று அப்பா சொன்னார். நிஜமாக எவ்வளவு நன்றாயிருந்தது தெரியுமா? நீ கூடப் போய்ப் பார்த்துவிட்டு வா" என்றாள் செம்பவளம்.

"உங்களுக்கென்ன, கொழுத்த பணக்காரர்கள்! இஷ்டப்படி செலவு செய்கிறீர்கள்! நான் எங்கே போக அம்மட்டுப் பணத்துக்கு?" என்றான் செங்கோடன்.

நமது சென்னை முதன் மந்திரி கனம் குமாரஸ்வாமி ராஜாவும் நமது கதாநாயகன் செங்கோடக் கவுண்டனும் சினிமா விஷயத்தில் ஒன்றுபட்டவர்கள். இரண்டு பேரும் சினிமா பார்த்தது கிடையாது!

ஊர் உருப்படாமல் போய்க்கொண்டிருப்பதற்கும் காலா காலத்தில் மழை பெய்யாமல் தேசம் நாசமாய்ப் போய்க் கொண்டிருப்பதற்கும் சினிமாதான் காரணம் என்பது செங்கோடனுடைய சித்தாந்தம்!

அத்தியாயம் – 3

செங்கோடக் கவுண்டன் சினிமாவைப் பற்றித் தன் கொள்கையை வெளியிட்டதும் செம்பவளவல்லியின் முகம் சுருங்கிற்று. சற்றுத் தலையைக் குனிந்துகொண்டு சும்மா இருந்தாள்.

பிறகு, "கவுண்டா! ஊரிலே எல்லாரும் உன்னைப் பற்றி என்ன பேசுகிறார்கள் என்று உனக்குத் தெரியுமா?" என்று கேட்டாள்.

"ஊரிலே இருக்கிறவர்கள் என்ன பேசிக்கொண்டால் எனக்கு என்ன? நான் எதற்காக அதையெல்லாம் காதில் போட்டுக்கொள்ள வேண்டும்?" என்றான் செங்கோடன்.

"அப்படியில்லை, கவுண்டா! நாலுபேர் பேசுவது உனக்குக் கட்டாயம் தெரிந்திருக்க வேண்டும்!"

"அப்படியானால் நீதான் சொல்லேன், நாலு பேர் பேசுவது உனக்குத் தெரியும்போல் இருக்கிறதே!"

"தெரியாமல் என்ன? ஊரெல்லாம் பேசிக்கொள்வது என் காதில் விழாமல் இருக்குமா? நீ இங்கே கேணிக் கரையில் வந்து தனியாகக் குடிசை போட்டுக்கொண்டு உட்கார்ந்திருப்பதனால், உன் காதில் விழவில்லை."

"என்னதான் ஊரில் பேசிக்கொள்கிறார்கள், சொல்லி விடேன்! இவ்வளவு தூரம் ஏன் சுற்றி வளைத்து மூக்கைத் தொடுகிறாய்?"

"எனக்குச் சொல்லவே தயக்கமாயிருக்கிறது. வாய் கூசுகிறது. நீ கருமியாம், பணத்தாசை பிடித்தவனாம், விநாயகருக்குக் கலியாணம் ஆகிறபோதுதான் உனக்கும் கலியாணமாம். யாராவது ஒருத்தியைக் கட்டிக்கொண்டால் அவளுக்குச் சோறு போட்டுத் தொலைக்க வேணுமே என்பதற்காக நீ கலியாணம் பண்ணிக் கொள்ளாமல்

தானே பொங்கித் தின்று கொண்டிருக்கிறாயாம்! நீ பணத்தைச் சேர்த்து புதைத்து வைத்திருக்கிறாயாம். புதையலைப் பூதம் காக்குமாம். ஒரு நாளைக்கு அந்தப் பூதம் உன்னையும் அடித்துக் கொன்றுவிடுமாம். நீ இரத்தம் கக்கிச் சாவாயாம்! போதுமா? இப்படியெல்லாம் கண்டபடி ஜனங்கள் பேசுகிறார்கள்; எனக்குக் கேட்கச் சகிக்கவில்லை" என்று சொல்லிவிட்டுச் செம்பவளவல்லி விம்மத் தொடங்கினாள். அவளுடைய கண்களிலிருந்து முத்து முத்தாகக் கண்ணீர் வடிந்தது.

"சேச்சே! ஊரிலே எந்த நாயாவது ஏதாவது குரைத்தால், அதற்காக நீ ஏன் அழ வேண்டும்? அழாதே, செம்பா!" என்றான் செங்கோடன். செம்பாவின் கண்ணீர் செங்கோடனுடைய பணத்தாசை பிடித்த மனத்தைக்கூடக் கொஞ்சம் கரைத்துவிட்டது. அவளுடைய கண்ணீரைத் துடைக்கலாமா, வேண்டாமா என்று தயங்கித் தயங்கிக் கையை நீட்டினான்.

செம்பாவின் விம்மல் சிறிது குறைந்தது. "கவுண்டா! நாங்கள் பார்த்த சினிமாவில் மோகனாங்கி கண்ணீர் விட்டபோது மதன சுந்தரன் என்ன செய்தான் தெரியுமா?" என்று சொல்லிக்கொண்டே செம்பா செங்கோடனுடைய கைகளைப் பிடித்து இழுத்து சினிமாவில் கதாநாயகன் செய்ததுபோல் செய்து காட்டினாள்.

"சீச்சீ! அவர்களுக்கெல்லாம் வெட்கம், மானம் ஒன்றும் இராதுபோல் இருக்கிறது. மிருக சென்மங்கள்போல் இருக்கிறது. ஆயிரம் பேர் பார்த்துக் கொண்டிருக்கையில் இப்படியா செய்வார்கள்?" என்றான் செங்கோடன்.

"நிஜமாக இல்லையே? திரையிலே தானே?" என்றாள் செம்பா.

"திரையிலே என்றாலும் ஆயிரம் பேர் பார்க்கிறார்கள் இல்லையா?"

"ஆயிரம் பேர் என்ன? லட்சம் பேர் பார்க்கிறார்கள். உன்னைத் தவிர எல்லாரும் சினிமா பார்க்கிறார்கள். அது கிடக்கட்டும், தள்ளு... கவுண்டா! ஊரார் பேசுகிறதெல்லாம் பொய்தானே? உன் பேரிலே பொறாமையினால்தானே அவர்கள் அப்படியெல்லாம் பேசுகிறார்கள்?"

"எதைப்பற்றிச் சொல்கிறாய்?"

"பெண்டாட்டிக்குச் சோறுபோடப் பயந்துகொண்டு நீ கலியாணம் பண்ணிக்கொள்ளாமல் இருக்கிறாய் என்கிறார்களே! அதுதான்..."

"முட்டாப் பயல்களுக்குப் பிறந்த பயல்கள்தான் அப்படிச் சொல்வார்கள்! நான் உன்னைக் கட்டிக்கொண்டால், அதனால் எனக்கு லாபமா, நஷ்டமா? இன்றைக்கெல்லாம் உன் சாப்பாட்டுக்காக மாதம் ஏழு, எட்டு ரூபாய் ஆகலாம். நீ செய்கிற வேலையினால் எனக்கு இருபது ரூபாய் மிச்சமாகுமே? இந்தக் கணக்குத் தெரியாத சோம்பேறிப் பயல்கள் ஏதாவது உளறினால் அதை நீ ஏன் காது கொடுத்துக் கேட்க வேண்டும்? அதற்காக ஏன் வருத்தப்பட வேண்டும்?" என்று செங்கோடன் ஆத்திரமாகப் பேசினான்.

"எங்கே அந்தக் கணக்கு உனக்கும் தெரியவில்லையோ என்று பார்த்தேன். அத்தனை பெரிய குடும்பத்தில் இரவும் பகலும் உழைத்துக் கொட்டிக் கொண்டிருக்கிறேன். எனக்கு என்று சொந்தக் குடித்தனம் ஏற்பட்டுவிட்டால் இன்னும் எப்படி உழைப்பேன்? என்னால் உனக்கு ஒரு நஷ்டமும் இராது. ஓர் எருமை வாங்கி கட்டிக்கொண்டால் அதிலே மட்டும் மாதம் இருபது ரூபாய்க்கு மேலே செட்டுப் பிடிக்கலாம். என்னால் உனக்கு லாபமே தவிர நஷ்டம் ஒன்றும் ஏற்படாது" என்றாள் செம்பவளவல்லி.

"அதெல்லாம் நான் யோசனை செய்துதான் வைத்திருக்கிறேன், செம்பா! வேறொரு காரியத்தை உத்தேசித்துக் கல்யாணத்தைத் தள்ளிப்போட்டுக் கொண்டிருக்கிறேன். என் காட்டைச் சேர்ந்தாற் போல் சேலம் முதலியாருக்கு ஓர் ஏக்கரா நிலம் இருக்கிறது. அது எனக்கு ரொம்ப இடைஞ்ச மடைஞ்சலாயிருக்கிறது. கேணியிலிருந்து என் நிலத்துக்குத் தண்ணீர் இறைக்கச் சுற்றி வளைத்துக்கொண்டு வாய்க்கால் போகிறது. தண்ணீர் ரொம்ப வீணாகிறது. அந்த ஓர் ஏக்கரா நிலத்தை வாங்கிவிட்டேனானால், அப்புறம் கவலை இல்லை. பிறகு நம்முடைய கலியாணத்துக்குத் தேதி வைக்க வேண்டியதுதான்."

"அதற்காக ரொம்ப நாள் தள்ளிப்போடுவது நல்லதல்ல. நீ கலியாணப் பேச்சை எடுக்கமாட்டாய் என்று சொல்லி, அப்பா எனக்கு வேறு இடம் பார்க்க ஆரம்பித்துவிட்டார்…"

"நான் ஒருவன் இருக்கிறபோது, வேறு எந்தப் பயல் மகன் வந்து உன்னைக் கட்டிக்கொண்டு போய்விடுவான்? யாராவது உன் கிட்ட வந்தால் அரிவாளால் ஒரே வெட்டாய் வெட்டிப் போட்டுவிட மாட்டேனா? அந்த எண்ணத்தை மட்டும் உன் அப்பன் அடியோடு விட்டுவிடட்டும்" என்றான் செங்கோடக் கவுண்டன்.

செம்பவளவல்லியின் முகம் சந்தோஷத்தினால் மலர்ந்தது. "உன்னுடைய மனசு எனக்குத் தெரிந்திருக்கிறபடியால் தான் நானும்

பொறுமையாயிருக்கிறேன். வேறு மாப்பிள்ளை தேடும் பேச்சே உதவாது என்று வீட்டில் சொல்லிக் கொண்டிருக்கிறேன். கவுண்டா! காலையிலேயிருந்து நீ பசியோடுதானே வேலை செய்து கொண்டிருந்தாய்? இந்தா, இந்தக் கஞ்சியில் கொஞ்சம் குடி" என்று பரிவுடன் சொன்னாள்.

"உங்கள் வீட்டுக் கஞ்சி எனக்கு வேண்டாம். உன் அப்பன் உன்னைச் சண்டை பிடிப்பான்."

"அதெல்லாம் யாருக்கும் தெரியாது. அப்படித் தெரிந்து கேட்டால் கஞ்சி சாய்ந்து கொட்டிவிட்டது என்று சொல்லிவிடுகிறேன்."

"இதோ பார், செம்பா! இப்போதான் எனக்கும் நினைவு வந்தது; நம்ம தென்னையிலிருந்து ஓர் இளநீர் பிடுங்கிக்கொண்டு வந்து உனக்கு வெட்டித் தருகிறேன்" என்று செங்கோடன் கையில் அரிவாளுடன் எழுந்தான்.

"நன்றாயிருக்கிறது! யாராவது இளநீரைப் பிடுங்குவார்களா? இளநீர் முற்றித் தேங்காயானால், சந்தையில் ஆறு அணாவுக்கு விலை போகுமே?" என்றாள் செம்பா.

"ஆறு அணாவைத் தள்ளு குப்பையில்! நமக்காகப் பணமா, பணத்துக்காக நாமா?" என்று சொல்லிக்கொண்டு செங்கோடன் சென்று கையெட்டுகிற தூரத்தில் காய்த்துத் தொங்கிய இளந்தென்னையிலிருந்து ஓர் இளநீர் அறுத்துக் கொண்டுவந்து தன் காதலிக்குக் கொடுத்தான். அதை அவன் தனக்காகச் செய்த ஒரு மகத்தான தியாகம் என்றே செம்பவளம் கருதி இறுமாந்து மகிழ்ந்தாள்.

அத்தியாயம் – 4

அன்று சாயங்காலம் செங்கோடக் கவுண்டன் சின்னம நாயக்கன்பட்டிக்குப் போனான். கொல்லனிடம் செப்பனிடக் கொடுத்திருந்த மண்வெட்டியை வாங்கிக் கொண்டு, ஹரிக்கன் லாந்தரில் மண்ணெண்ணெய் வாங்கிப் போட்டுக்கொண்டு, இன்னும் சில சில்லறைச் சாமான்களும் வாங்கி வருவதற்காகப் போனான். ஹரிக்கன் லாந்தரைச் சில்லறைச் சாமான் கடையில் வைத்துவிட்டுக் கொல்லன் உலைக்குப் போய்ச் செப்பனிட்ட மண்வெட்டியை வாங்கிக்கொண்டு திரும்பி வந்தான்.

அன்றைக்கெல்லாம் அவன் மனமாகிய வண்டு செம்பவளவல்லியின் முக மண்டலத்தைச் சுற்றிச் சுற்றி வட்டமிட்டுக்கொண்டிருந்தது. ஒரு சமயம் கண்ணீர், ததும்பிச் சோகமயமாயிருந்த அந்தப் பெண்ணின் முகமும், மற்றொரு சமயம் மலர்ந்த புன்னகையுடன் குதூகலம் ததும்பிக் கொண்டிருந்த அவள் முகமும் திரும்பத் திரும்ப வந்து கொண்டிருந்தன. ஊரார் பேச்சைப் பொருட்படுத்தாதவன்போல் அவளிடம் செங்கோடன் வீம்பாகப் பேசியிருந்த போதிலும் அவன் மன நிலையில் சிறிது மாறுதல் ஏற்பட்டுத்தான் இருந்தது. செம்பவளத்துக்கும் தனக்கும் திருமணத்தைக் கூடிய சீக்கிரத்தில் முடித்துவிட வேண்டியதுதான் என்ற முடிவுக்கு அவன் வந்துவிட்டான்.

இதே ஞாபகமாகச் சின்னம நாயக்கன்பட்டி வந்தவனுடைய கவனத்தை அந்த ஊர்ச் சாவடிச் சுவர்களிலும் சாலை மரங்களிலும் ஒட்டியிருந்த சினிமா விளம்பரங்கள் ஓரளவு கவர்ந்தன. அந்த வர்ண விளம்பரங்களில் ஒரு பெண்பிள்ளையின் முகம் முக்கியமாகக் காட்சி அளித்தது. அந்த முகம் அழகாயும்

வசீகரமாயும் இருந்தது என்பதைச் சொல்லத்தான் வேண்டும். அப்படி வசீகரமாவதற்காக அந்த சினிமாக் கன்னிகை முகத்தில் எத்தனை பூச்சுப் பூசிக் கொண்டிருக்கிறாள், கண்ணிமைகளையும் புருவங்களையும் என்ன பாடுபடுத்திக் கொண்டிருக்கிறாள், உதடுகளில் எவ்வளவு வர்ணக் குழம்பைத் தடவிக் கொண்டிருக்கிறாள் என்பதெல்லாம் செங்கோடனுக்கு எப்படித் தெரியும்? 'செம்பவளம் பார்த்ததாகச் சொன்னாளே, அந்த சினிமாவில் வரும் மோகனாங்கி என்னும் பெண் இவள்தானோ? 'மோகனாங்கி' என்ற பெயர் இவளுக்குப் பொருத்தமாகத்தான் இருக்கிறது; நான் கூட இந்த சினிமாவை ஒருதடவை பார்த்துவிட வேண்டியதுதான், இரண்டே காலணாக் காசு போனால் போகட்டும்! இன்னும் எவ்வளவு நாளைக்கு இந்தக் கூடார சினிமா இந்த ஊரில் நடக்குமோ, என்னவோ? விசாரித்துத் தெரிந்து வைத்துக் கொள்வது நல்லது...'

இப்படி நினைத்துக் கொண்டே சில்லறைக் கடையை நோக்கிச் சாலையோடு போய்க் கொண்டிருந்த செங்கோடன் 'பொய்மான் கரடு'க்குச் சமீபமாக வந்தான். அங்கே இருந்த அரசமரத்தின் அடியில் ஒரு காட்சியைக் கண்டான். அந்தக் காட்சி அவனை அப்படியே திகைத்து ஸ்தம்பித்து நிற்கும்படி செய்துவிட்டது. அரசமரத்தின் கீழ்க் கிளையொன்றில் ஒயிலாகச் சாய்ந்துகொண்டு ஒரு பெண் நின்றுகொண்டிருந்தாள். சுவர்களில் ஒட்டியிருந்த சினிமா விளம்பரங்களில் கண்ட கன்னிதான் அவள் என்று செங்கோடனுக்குத் தோன்றியது. உண்மையில் அப்படியல்ல. ஆனால், அந்த சினிமாக் கன்னியைப் போலவே இந்தப் பெண்ணும் குறுக்கு வகிடு எடுத்துத் தலைவாரிப் பின்னிச் சடையைத் தொங்கவிட்டுக்கொண்டும், மேல் தோள்வரையில் ஏறிச் சென்றிருந்த ரவிக்கை தரித்துக் கொண்டும், காதில் குண்டலங்கள் அணிந்து கொண்டும், நட்சத்திரப் பூப்போட்ட மெல்லிய சல்லாச் சேலை அணிந்து கொண்டும், நெற்றியில் சுருட்டை மயிர் ஊசலாட எங்கேயோ யாரையோ பார்த்து எதையோ நினைத்துக் கொண்டிருந்தவள்போல் நின்றபடியால், அவளே சினிமா விளம்பரத்தில் உள்ள பெண் என்று செங்கோடனுக்குத் தோன்றியது. பார்த்தது பார்த்தபடி பிரமித்துப்போய்ச் சிறிது நேரம் நின்றான்.

அந்தப் பெண் தன்னைப் பார்த்து ஒரு பட்டிக்காட்டான் விழித்துக்கொண்டு நிற்பதைக் கவனித்தாள்.

"என்னப்பா, பார்க்கிறாய்?" என்று அவள் கேட்டாள்.

செங்கோடனுடைய காதில் கிணுகிணுவென்று மணி ஒலித்தது. பூங்குயில்களின் கீதம் கேட்டது.

எங்கிருந்தோ ஒரு முரட்டுத் தைரியம் அவனுக்கு ஏற்பட்டது.

"வேறு என்னத்தைப் பார்க்கிறது? உன்னைத்தான் பார்த்துக் கொண்டிருக்கிறேன்" என்றான்.

அந்தப் பெண்ணுக்குப் பொங்கிவந்த கோபம் ஒரு கணத்தில் எப்படியோ மாறியது. அவள் முகம் மலர்ந்தது. பல் வரிசை தெரிந்தது.

அதைப் பார்த்த செங்கோடனும் முகத்தை அஷ்ட கோணலாக்கிக் கொண்டு புன்னகை புரிந்தான்.

"என்னப்பா, சிரிக்கிறாய்?" என்று அவள் கேட்டாள்.

"பின்னே, அழச் சொல்கிறாயா?" என்றான் செங்கோடன்.

"பாவம், அழ வேண்டாம்! உன் பெண்சாதி தேடிக்கொண்டு வந்துவிடப் போகிறாள்!"

"எனக்குக் கலியாணம் இனிமேல்தான் ஆகவேண்டும். எத்தனையோ பேர் பெண் கொடுக்கக் காத்துக் கொண்டிருக்கிறார்கள். நான் தான் இதுவரையில் சம்மதிக்கவில்லை!" என்று செங்கோடன் சொல்லிவிட்டு அர்த்த புஷ்டி நிறைந்த பார்வையை அந்தப் பெண் மீது செலுத்தினான்.

ஆனால், அந்த அர்த்தம் அப்பெண்ணின் மனத்தில் பட்டதாக அவள் காட்டிக்கொள்ளவில்லை.

"ரொம்ப சரி; நீ சம்மதம் கொடுத்துக் கலியாணம் நிச்சயமாகிற போது எனக்குக் கட்டாயம் கலியாண கடுதாசி போடு" என்றாள்.

"கடுதாசி கட்டாயம் போடுகிறேன். ஆனால், பெயரும் விலாசமும் தெரிந்தால்தானே கடுதாசி போடலாம். உன் பெயர் என்ன?" என்று செங்கோடன் கேட்டான்.

"பெரிய வம்புக்காரனாயிருக்கிறாயே? என் பெயர் குமாரி பங்கஜா. உன் பெயர் என்ன?"

'குமாரி பங்கஜா' என்று அவள் சொன்னது 'ராஜகுமாரி பங்கஜா' என்று செங்கோடன் காதில் விழுந்தது. 'அப்படித்தான் இருக்கும் என்று நினைத்தேன்; நினைத்தது சரியாய்ப் போயிற்று' என்று மனத்தில் எண்ணிக் கொண்டான்.

"உன் பெயர் என்ன? சொல்லமாட்டாயா?" என்று மறுபடியும் குமாரி பங்கஜா கேட்டாள்.

“சொல்லுவதற்கு என்ன தடை? என் பெயர் ராஜா செங்கோடக் கவுண்டன்” என்றான்.

குமாரி பங்கஜா குலுங்கச் சிரித்தாள். “வெறும் ராஜாவா? மகாராஜாவா?” என்று கேட்டாள்.

“என்னுடைய பத்து ஏக்கரா காட்டிற்கு நான் தான் ராஜா, மகாராஜா, ஏக சக்ராதிபதி எல்லாம்!” என்றான் செங்கோடன் பெருமிதத்துடன்.

“சரி, போய், உன்னுடைய ராஜ்யத்தைச் சரியாகப் பரிபாலனம் பண்ணு! இங்கே நடுரோட்டில் நின்றால் என்ன பிரயோஜனம்?” என்றாள் குமாரி பங்கஜா.

“ஒரு கேள்விக்குப் பதில் சொன்னால் போய்விடுகிறேன்” என்றான் செங்கோடன்.

“அது என்ன கேள்வி?”

“சுவரிலே, மரத்திலேயெல்லாம் சினிமாப் படம் ஒட்டியிருக்கிறதே, அதிலே ஒரு அம்மா இருக்காங்களே, அது நீதானே?” என்று கேட்டான்.

“சேச்சே! அந்த மூவன்னா தேவி நான் இல்லவே இல்லை! நான் சினிமாவிலே நடித்தால் அவளைக் காட்டிலும் நூறு பங்கு நன்றாக நடிப்பேன்” என்றாள் பங்கஜா.

“சேச்சே! போயும் போயும் அந்தக் கேவலமான தொழிலுக்கு நீ போவானேன்?” என்றான் செங்கோடன்.

“எதைக் கேவலமான தொழில் என்று சொல்லுகிறாய்?”

“சினிமாவில் நடிக்கிறதைத்தான் சொல்கிறேன். சினிமாவில் நடித்தால் மானம், மரியாதையை விட்டு...”

“இதற்குத்தான் பட்டிக்காடு என்று சொல்கிறது” என்றாள் பங்கஜா.

இத்தனை நேரமும் அவளுடன் சரிக்குச் சரியாகச் சாமர்த்தியமாகப் பேசிக்கொண்டு வந்த செங்கோடன் இப்போது தான் பிசகு செய்துவிட்டதாக உணர்ந்தான். சினிமா விஷயமாகச் செம்பாகூடத் தன்னை இடித்துக் காட்டியது நினைவுக்கு வந்தது. ஆகையால், முதல் தர அரசியல்வாதியைப்போல் தன் கொள்கையை ஒரு நொடியில் மாற்றிக் கொண்டான்.

"எனக்குக்கூட சினிமா என்றால் ஆசைதான். இன்று இராத்திரி இந்த ஊர்க் கூடார சினிமாவுக்குப் போகப் போகிறேன்" என்றான்.

"அப்படியா? இந்த முக்கியமான செய்தியைப் பேப்பருக்கு அனுப்பிப் போடச் சொல்ல வேண்டியதுதான்" என்றாள் குமாரி பங்கஜா.

"பேப்பரிலே போட வேண்டியதில்லை; உனக்குத் தெரிந்தாலே போதும்!" என்றான் செங்கோடன்.

"எனக்கு ஏன் தெரிய வேணும்?"

"என்னை அங்கே பார்க்கலாம் என்பதற்காகச் சொன்னேன். நீயும் இன்றைக்கு இராத்திரி சினிமாவுக்கு வருவாயல்லவா?"

"நான் வராமல் சினிமா நடக்குமா? கட்டாயம் வருவேன்."

"அப்படியானால் அங்கே உன்னை அவசியம் பார்க்கிறேன்."

"டிக்கெட்டுக்குப் பணம்?"

"அதைப்பற்றிக் கவலைப்படாதே. டிக்கெட்டு நான் வாங்கி விடுகிறேன். இரண்டே காலணாவுக்குப் பஞ்சம் வந்துவிடவில்லை."

குமாரி பங்கஜா வந்த சிரிப்பை அடக்கிக்கொள்ள முடியாதவளாய் வேறு பக்கம் பார்த்து வாயை மூடிக்கொண்டு சிரித்தாள்.

இதற்குள் அங்கே ஊர்ப் பிள்ளைகள் ஏழெட்டுப் பேர் கூடிவிட்டார்கள்.

அதைப் பார்த்த பங்கஜா இனி அங்கே நின்று அந்தப் பட்டிக்காட்டானோடு விளையாட்டுப் பேச்சுப் பேசக் கூடாதென்று மேடையிலிருந்து கீழிறங்கி நடக்கத் தொடங்கினாள்.

அவளோடு நாமும் போவோமா என்று செங்கோடன் ஒரு நிமிஷம் யோசித்தான். வீட்டுக்குத் திரும்பிப்போய் சினிமாவுக்குப் பணம் கொண்டு வரவேண்டிய அவசியத்தை உத்தேசித்து அந்த எண்ணத்தை மாற்றிக் கொண்டான்.

குமாரி பங்கஜா ஐம்பது அடி தூரம் போனபிறகு, "சினிமாக் கூடாரத்திலே அவசியம் சந்திக்கிறேன்" என்று ஒரு மைல் தூரம் கேட்கும்படி இரைந்து கூவினான்.

பங்கஜா திரும்பிப் பார்த்துப் புன்னகை செய்தாள்.

அந்தப் புன்னகையில் செங்கோடனுடைய உள்ளம் சொக்கித் தன்னை மறந்து லயித்தது.

அந்த நிலையில் அவன் சில்லறைக் கடைக்குச் சென்றான்.

"என்னப்பா செங்கோடா, அந்த அம்மாவுடன் நெடுநேரம் பேசிக்கொண்டு நின்றாயே? என்ன பேசினாய்?" என்றான் கடை முதலாளி.

"என்னத்தைப் பேசுகிறது? வெறுமனே க்ஷேம சமாசாரந்தான் பேசிக்கொண்டிருந்தோம்."

"அந்த அம்மாளை முன்னாலேயே உனக்குத் தெரியுமா என்ன?"

"நல்ல கேள்வி! ரொம்ப நாளாய்ப் பழக்கமாயிற்றே!"

கடைக்குச் சாமான் வாங்க வந்த இன்னொரு மனிதரிடம் கடை முதலாளி, "கேட்டீர்களா, முதலியார்! நம்ம ஊர்ப் பஞ்சாயத்து மானேஜர் புதிதாக வந்திருக்கிறார் அல்ல? அவருடைய தங்கை - ஒரு படித்த அம்மாள் - வந்திருக்கிறாள் அல்ல? அந்த அம்மாளுக்கும் நம்ம செங்கோடனுக்கும் வெகுநாளாய்ச் சிநேகிதமாம்!" என்று சொன்னார்.

"ஆமாம்; வெகுநாளாகச் சிநேகிதம்" என்று செங்கோடன் சொல்லிவிட்டு ஹரிக்கன் லாந்தரை எடுத்துக் கொண்டு வீட்டுக்குக் கிளம்பினான். மேலே அவர்கள் இன்னும் ஏதாவது அந்த அம்மாளைப் பற்றிக் கேட்டால் தன்னுடைய குட்டு உடைந்துவிடும் என்று கொஞ்சம் அவனுக்குப் பயம் இருந்தது.

அத்தியாயம் – 5

அன்றைக்குச் செங்கோடன் தரையில் நடக்கவில்லை. வானத்தில் பறந்து கொண்டிருந்தான்; கடலில் அலைகளுக்கு மத்தியில் மிதந்து கொண்டிருந்தான்; மேகக் குதிரைகளில் சவாரி செய்தான்; மரத்துக்கு மரம், கிளைக்குக் கிளை தாவினான். தேர் திருவிழாக்களுக்குப் போவதற்காக அவன் பத்திரப்படுத்தி வைத்திருந்த சட்டையை எடுத்துப் போட்டுக்கொண்டு, சட்டைப் பையில் எட்டணாக் காசையும் எடுத்துப் போட்டுக் கொண்டு தலையில் ஜோராக முண்டாசு கட்டிக்கொண்டு ஒரு மணி நேரத்துக்கு முன்னாலேயே சினிமாவுக்குக் கிளம்பிச் சென்றான்.

பொய்மான் கரடு ஓரமாகப் போன சாலைக்கு அரை மைல் கிழக்கே செங்கோடனுடைய கேணியும் காடும் குடிசையும் இருந்தன. அந்தச் சாலைக்கு அரை மைல் மேற்கே சின்னம நாயக்கன்பட்டிக்கு வந்திருந்த 'டூரிங் சினிமா'வின் டேரா இருந்தது. செங்கோடன் அங்கே போய்ச் சேர்ந்தான். கொஞ்ச நேரம் கூடாரத்தைச் சுற்றிச் சுற்றி வந்து கொண்டிருந்தான். குமாரி பங்கஜா வந்திருக்கிறாளா என்று பார்ப்பதற்காகத்தான். ஆனால், அவளுடைய தரிசனம் கிட்டவில்லை. சினிமாப் பார்ப்பதற்காக வந்திருந்த சில ஸ்திரிகள் அங்குமிங்கும் நின்று கொண்டிருந்தார்கள். அவர்களுடைய அருகில் சென்று செங்கோடன் உற்றுப் பார்த்தான். அவர்கள் இவனை சற்று ஏளனமாகப் பார்த்துச் சிரித்தார்கள். ஒருவருக்கொருவர் செங்கோடனைப் பற்றிப் பரிகாசமாகப் பேசிக்கொண்டார்கள். அவர்களில் ஒருத்தி அவனைப் பார்த்து, "என்ன மச்சான்! புகையிலை இருக்குதா?" என்று கேட்டாள். "தூ! பட்டிக்காட்டு ஜன்மங்கள்!" என்று செங்கோடன் முணுமுணுத்துக்கொண்டு அங்கிருந்து நகர்ந்தான்.

சினிமாப் பார்க்க வந்தவர்கள் எல்லாரும் டிக்கட் வாங்கத் தொடங்கினார்கள். செங்கோடன் மட்டும் காத்துக் கொண்டிருந்தான். முதல் மணி அடித்தாகிவிட்டது. அப்படியும் அந்தக் குமாரி பங்கஜாவைக் காணவில்லை. ஒருவேளை அவள் வந்ததைத் தான் கவனிக்க வில்லையோ என்னவோ, டிக்கட் வாங்கிக்கொண்டு கூடாரத்துக்குள் போய்விட்டாளோ என்னவோ என்ற சந்தேகம் செங்கோடன் மனத்தில் உதித்தது. உடனே அவசரமாகச் சென்று இரண்டே காலணா கொடுத்து ஒரு டிக்கட் வாங்கிக் கொண்டான். அப்போதுகூட ஒருவேளை வெளியில் வந்து கொண்டிருக்கிறாளோ என்று பார்த்துக் கொண்டே விரைவாக நடந்து கூடாரத்துக்குள் சென்றான். இரண்டு மூன்று இடத்தில் அவன் நுழையப் பார்த்த இடங்களில் அவனுடைய டிக்கட்டைப் பார்த்துவிட்டு, "முன்னுக்குப் போ!" "முன்னுக்குப் போ!" என்றார்கள். செங்கோடனும் எட்டி எட்டிப் பார்த்துவிட்டு, முன்னுக்குப் போனான். இரண்டே காலணா டிக்கட் வாங்கிய ஜனங்கள் அதற்குள் கொட்டகையில் நிறைந்து விட்டார்கள். செங்கோடன் எல்லாருக்கும் முன்னாடி சென்று திரைக்குச் சமீபத்தில் உட்கார்ந்து கொண்டான். இவ்வளவு நேரம் கழித்து வந்தும் படத்துக்கு இவ்வளவு அருகாமையில் தனக்கு இடம் கிடைத்தது பற்றி மனத்திற்குள் சந்தோஷப்பட்டான்.

'அதிர்ஷ்டம் வரும்போது அப்படித்தான் வரும்' என்று எண்ணிக்கொண்டான். ஆனால், அதிர்ஷ்டம் பூரணமாகவில்லை என்பது நினைவு வந்தது. உட்கார்ந்திருந்த இடத்திலிருந்து எழும்பி எழும்பி நாலாபுறமும் பார்வையைச் செலுத்தினான். குமாரி பங்கஜாவை எங்கும் காணவில்லை.

திரையில் படம் ஆரம்பமாயிற்று. செங்கோடன் உட்கார்ந்திருந்த இடத்திலிருந்து பார்க்கையில் திரையில் வந்த ஒவ்வோர் உருவமும் செங்குத்தாக வளர்ந்து பூதாகார வடிவமாகத் தோன்றியது. பேசுவதற்கோ, பாடுவதற்கோ வாயைத் திறந்தபோது பூதம் வாயைப் பிளப்பது போலவே இருந்தது. ஆயினும் இதுதான் சினிமாவில் தமாஷ் என்று செங்கோடன் நினைத்துக் கொண்டான். மற்றவர்களைக் காட்டிலும் நாலு மடங்கு சிரித்தான். எட்டு மடங்கு கையைக் கொட்டினான். சினிமாவில் வந்த உருவங்கள் சொல்லும் வார்த்தையை இவனும் திருப்பிச் சொல்லத் தொடங்கினான். பக்கத்திலிருந்தவர்கள் அவனை அடக்கப் பார்த்தார்கள். "இந்தக் குடிகாரனை வெளியில் பிடித்துத் தள்ளு" என்றது ஒரு குரல். "அது யார் குடிகாரப்பயல் இங்கே வந்தது? நான் பிடித்துத் தள்ளுகிறேன்" என்று சொல்லிவிட்டுச் செங்கோடன் சுற்று முற்றும் பார்த்தான்.

கூடார சினிமாக்களில் சுமார் ஆயிரத்துச் சொச்சம் அடி படம் காட்டியதும் படத்தை நிறுத்திவிட்டு விளக்குப் போடுவார்கள். முதல் தடவை விளக்குப் போட்டதும் செங்கோடன், 'படம் முடிந்து விட்டது' என்று எண்ணிக்கொண்டு எழுந்தான், பக்கத்திலிருந்தவர்கள் "உட்காரு உட்காரு!" என்று இரைந்தார்கள்.

"இன்னும் கொஞ்சம் படம் பாக்கி இருக்கிறதா?" என்று செங்கோடன் கேட்டான்.

"அட பட்டிக்காடு! ஆயிரம் அடிதான் ஆகியிருக்கிறது இன்னும் பதினேழாயிரம் அடி பாக்கியிருக்கிறது" என்றார் ஒரு சினிமா ரசிகர்.

"என்ன ஐயா, விளையாடுகிறாய்? பதினேழாயிரம் அடியை எவனாலே தாங்கமுடியும்? கடோத் கசனாலே கூட முடியாதே" என்றான் செங்கோடன்.

இப்படிச் சொல்லிக்கொண்டே அவன் பின்னால் பார்த்தபோது, சினிமாக் கூடாரத்தின் அந்தப் பக்கத்து ஓரத்தில், குமாரி பங்கஜா உட்கார்ந்திருப்பதைக் கண்டான். அவளுக்குப் பக்கத்தில் இரண்டு ஆண் பிள்ளைகள் உட்கார்ந்திருந்தார்கள். ஆனால், அவர்களை அவன் பொருட்படுத்திக் கவனிக்கவில்லை.

"ஐயோ! பாவம்! அவ்வளவு தூரத்திலே போய் உட்கார்ந்திருக்கிறாளே! படம் ஒன்றுமே தெரியாதே! தாமதித்து வந்ததனால் அங்கேதான் இடம் கிடைத்ததுபோல் இருக்கிறது" என்று எண்ணி அனுதாபப்பட்டான். அவனுக்குப் பக்கத்திலேயிருந்த ஓர் ஆள் அவனுடைய ஆர்ப்பாட்டம் பொறுக்காமல் எழுந்து போய்விட்டான். அந்த இடம் காலியாக இருந்தது. செங்கோடன் சட்டென்று தன் தலையிலிருந்த முண்டாசை எடுத்து விரித்து அந்த இடத்தில் போட்டான். குமாரி பங்கஜா இருந்த இடத்தைப் பார்த்துக் கையினால் சமிக்ஞை செய்துகொண்டே, "வா! இங்கே இடம் இருக்கிறது, வந்துவிடு!" என்றான். குமாரி பங்கஜா அதைக் கவனித்ததாகத் தெரியவில்லை; அவள் காதில் இவன் அழைப்பு விழுந்ததாகவும் தோன்றவில்லை. ஆனால், இவனுக்குப் பக்கத்திலிருந்தவர்கள் அத்தனை பேரும் அதைக் கேட்டுச் சிரித்தார்கள். "அந்தப் பட்டிக்காட்டான் தலையில் அடித்து உட்கார வை" என்றது ஒரு குரல்.

மறுபடியும் விளக்கு அணைந்தது; கூடாரம் இருண்டது; திரையில் படம் ஓடத் தொடங்கியது. செங்கோடனுக்கு இந்தத் தடவை படம் பார்ப்பதில் உற்சாகம் மிகக் குறைந்துவிட்டது. உண்மையில், படத்தின் பேரில் அவன் மனம் செல்லவே இல்லை.

குமாரி பங்கஜா வெகுதூரத்தில் படம் தெரியாத இடத்தில் உட்கார்ந்திருக்கிறாளே என்ற கவலை அவனைப் பிடுங்கித் தின்றது.

அடுத்த தடவை விளக்கு எரியத் தொடங்கியதும், செங்கோடன் தன் தலைக்குட்டையை நன்றாகத் தரையில் இரண்டு பேருக்கு இடம் காணும்படி விரித்துவிட்டு எழுந்து போனான். கூடாரத்தின் பின்னால் சென்ற குமாரி பங்கஜா உட்கார்ந்திருந்த இடத்திற்குள் நுழையப் பார்த்தான். அங்கே காவலுக்கு நின்றவன் அவனைத் தடுத்தான்.

“எங்கே போகிறாய்?” என்றான்.

“அந்த அம்மாவிடம் பேசவேண்டும்” என்றான் செங்கோடன்.

“இங்கே பேச முடியாது. சினிமா கொட்டகையிலே பேச்சு என்ன வந்தது? வெளியில் வந்த பிறகு இஷ்டம் போலப் பேசிக் கொள்!”

“என்ன ஐயா! இப்படி ஏறுமாறாய்ப் பேசுகிறாய்! அங்கே திரைக்குப் பக்கத்தில் இடம் சௌகரியமாயிருக்கிறது. அந்த அம்மாளிடம் சொல்லி அழைத்துப் போக வந்தேன். நீ உள்ளேயே விடமாட்டேன் என்கிறாயே!”

அந்த ஆசாமி செங்கோடனை ஏற இறங்கப் பார்த்து ஒரு சிரிப்பு சிரித்துவிட்டு, “ஆமாம் அப்படித்தான்! உள்ளே விடமுடியாது! போ!” என்று சொன்னான்.

“என்ன ஐயா, யாரைப் பார்த்தாலும் ஒரே இளிப்பா இளிக்கிறீங்க! சினிமா என்றால் இப்படித்தானோ? என்னிடம் டிக்கட் இருக்கிறது, ஐயா!” என்று செங்கோடன் எடுத்துக் காட்டினான்.

“கோபித்துக்கொள்ளாதே, அப்பனே! நீ வைத்திருக்கிற டிக்கெட் இரண்டே காலணா டிக்கெட்; அந்த அம்மாள் ஒன்றே கால் ரூபாய் ஸீட்டில் உட்கார்ந்திருக்காங்க! நீ கூப்பிட்டால் வருவாங்களா, அப்பா! ஆமாம், நீ என்னத்துக்கு இவ்வளவு சிரமப்படுகிறாய்? உனக்கு அந்த அம்மாளைத் தெரியுமா?” என்றான்.

செங்கோடன் காதில் மற்றதெல்லாம் விழவில்லை. ஒன்றேகால் ரூபாய் டிக்கெட் என்பதுமட்டும் நன்றாக விழுந்தது. அவன் மனத்தில் ஏற்பட்ட ஆச்சரியம் அவனுடைய வாய் அகலமாகப் பிளந்ததிலிருந்து தெரிந்தது.

"என்ன ஐயா, நிஜமாகச் சொல்கிறாயா? அல்லது கேலி செய்கிறாயா? இவர்கள் எல்லாரும் தலைக்கு ஒன்றே கால் ரூபாய் கொடுத்துவிட்டா இங்கே வந்து உட்கார்ந்திருக்கிறார்கள்?" என்றான் செங்கோடன்.

"இவர்கள் எதற்காக டிக்கெட் வாங்குகிறார்கள்? ஓசி டிக்கெட்டில் வந்தவர்கள்தான்!" என்று தணிந்த குரலில் சொன்னான் 'கேட்' ஆசாமி.

ஓசி டிக்கட் என்றால் என்னவென்று செங்கோடனுக்குத் தெரியவில்லை.

"அப்படி ஒரு டிக்கட்டா! அதிலே எனக்கும்தான் ஒன்று கொடேன்!" என்றான் செங்கோடன்.

"நான் கொடுக்க முடியாது. அந்த அம்மாளுக்கு வலப் பக்கத்திலே உட்கார்ந்திருக்கிறார், பாரு! அவர் இந்த சினிமாவுக்கு மானேஜர். அவரை நாளைக்குக் கேளு. இப்போது உன் இடத்துக்குப் போ!"

"அந்த அம்மாளுக்கு இடப்பக்கத்திலே உட்கார்ந்திருக்கிறாரே, அவர் யார் தெரியுமா?"

"அவர் இந்த ஊர்ப் பஞ்சாயத்துச் சபையின் மானேஜர்... போ! போ! படம் ஆரம்பித்தாகிவிட்டது."

"இது என்னடா வம்பாயிருக்கிறது! வலது பக்கத்திலே ஒரு மனேஜர், இடது பக்கத்திலே ஒரு மானேஜர்!" என்று முணுமுணுத்துக் கொண்டே செங்கோடன் தன் இடத்துக்குப் போய் சேர்ந்தான். படம் ஆரம்பித்த பிறகு இருட்டில் தட்டுத் தடுமாறிப் போய்ச் சேர்ந்த படியால் பலரும் அவனைத் திட்டினார்கள். ஆனால், அதெல்லாம் அவன் கவனத்துக்கு வரவேயில்லை. தன்னைச் சினிமாவுக்கு வரச்சொல்லிவிட்டு அந்தக் குமாரி பங்கஜா எங்கேயோ தூரத்தில் இரண்டு ஆண்பிள்ளைக்கு மத்தியில் உட்கார்ந்திருப்பதைப் பற்றியே யோசனையாயிருந்தது.

நடுவில் அவகாசம் கிடைத்தபோதெல்லாம் பக்கத்தில் இருந்தவர்களை விசாரித்து, சினிமாவில் குறைந்த விலை டிக்கட் வாங்குகிறவர்கள் திரைக்குப் பக்கத்தில் உட்காருவார்கள் என்றும், அதிக விலை டிக்கட் வாங்குகிறவர்கள் தூரத்தில் உட்காருவார்கள் என்றும் செங்கோடன் தெரிந்து கொண்டான். இந்த ஏற்பாடு தலைகீழ்ப் பாடமாகவே அவனுக்குத் தோன்றியது.

படத்தில் சுவாரஸ்யமான கட்டம் ஒன்று வந்தது. செம்பவளவல்லி சொன்னாளே, அந்தக் கட்டந்தான். கண்ணீர்விட்ட கதாநாயகியைக் கதாநாயகன் தேற்றிச் சமாதானம் செய்யும் இடம். செங்கோடன் அதில் கவனத்தைச் செலுத்தியிருந்தபோது, திடீரென்று படம் நின்றது. ஒரு கணம் ஒரே இருட்டாயிருந்தது. அடுத்த கணம் பின்னால் எங்கேயோ வெளிச்சமாய்த் தெரிந்தது. 'நெருப்பு!', 'நெருப்பு!' என்ற கூக்குரல் கிளம்பியது. உடனே கூடாரத்திற்குள் இருந்தவர்கள் விழுந்தடித்து ஓடத் தொடங்கினார்கள். பெண் பிள்ளைகள் 'ஐயோ!' 'ஐயோ!' என்று கத்தினார்கள். குழந்தைகள் வீரிட்டு அழுதன.

செங்கோடன் எல்லோரையும் போல் எழுந்து நின்றான். வெளியே ஓட எத்தனித்தான். சட்டென்று ஒரு ஞாபகம் வந்தது. நெருப்பு பின்னாலேதான் பிடித்திருக்கிறது. குமாரி பங்கஜா அங்கே தான் இருக்கிறாள்! செங்கோடனின் தலை சுழன்றது!

அத்தியாயம் – 6

'நெருப்பு' என்ற சத்தத்தைக் கேட்டு மூளை குழம்பி நின்ற செங்கோடனுக்குச் சட்டென்று தான் செய்ய வேண்டியது இன்னதென்று புலப்பட்டுவிட்டது. சினிமாப் பார்த்தவர்கள் எல்லாரும் கூடாரத்திலிருந்து வெளியேற முயன்று கொண்டிருந்தார்கள் அல்லவா? செங்கோடன் அதற்கு மாறாகக் கூடாரத்தின் பின்பக்கம் நோக்கி ஓடினான். வழியில் அங்கங்கே நின்று கொண்டிருந்த ஜனங்களை இடித்துத் தள்ளிக்கொண்டு ஓடினான். வழியில் இருந்த மரச் சட்டங்கள் முதலிய தடங்கல்களைத் தவிடு பொடியாக்கிக்கொண்டு ஒரே மூச்சில் ஓடிப் பின்புறத்தில் நாற்காலிகள் போட்டிருந்த இடத்தை அடைந்தான். 'நெருப்பு' என்ற கூச்சல் எழுந்ததும் மின்சார இயந்திரத்தை நிறுத்திவிட்டிருந்தார்கள். ஆகையால், கூடாரத்துக்கு வெளியே இருந்த விளக்குகளும் அணைந்து போயிருந்தன. எங்கேயோ ஒரு மூலையில், டிக்கட் விற்பனை செய்யப்பட்ட இடத்தில், நெருப்புப் பற்றி எரிந்ததனால் உண்டான மங்கலான வெளிச்சம் தெரிந்தது. அந்த இடத்தைச் சுற்றிலும் ஏகப்பட்ட ஜனங்கள் கும்பல் கூடி நின்று 'காச்சு மூச்சு' என்று சத்தம் போட்டுக் கொண்டிருந்தார்கள். அந்த இடம் செங்கோடனுடைய கவனத்தை ஒரு கணம் கவர்ந்தது. ஆனால், ஒரு கணம் மாத்திரந்தான்; உடனே அவன் இத்தனை அவசரமாய் ஓடி வந்ததன் காரணம் இன்னதென்பதை ஞாபகப்படுத்திக் கொண்டான். அவன் நின்ற இடத்தில் அங்குமிங்குமாகச் சிலர் ஓடிக்கொண்டிருந்தார்கள். அவர்களில் பெண்பி ள்ளைகளும் இருந்தனர். புருஷர்களும் இருந்தனர். அவர்களில் குமாரி பங்கஜா இருக்கிறாளா? அவளை அந்த இருட்டில் எப்படித் தேடிக் கண்டுபிடிப்பது? ஆனால், அப்படித் தேடிக் கண்டுபிடிக்கும் சிரமம் செங்கோடனுக்கு

ஏற்படவில்லை. ஓடிக்கொண்டிருந்தவர்களில் ஒரு ஸ்திரீ அவன் மீது முட்டிக்கொள்ளவே, செங்கோடன் அவளுடைய தோள்களைப் பிடித்து நிறுத்தி முகத்தை உற்றுப் பார்த்தான். அதிர்ஷ்டம் என்றால் இதுவல்லவா அதிர்ஷ்டம்? கும்பிடப்போன தெய்வம் குறுக்கே வந்ததுமில்லாமல் பக்தன் மேலேயே வந்து முட்டிக்கொண்டது! அவள் குமாரி பங்கஜா தான் என்று அறிந்ததும் செங்கோடன் பரவசமடைந்தான். அவளைக் காப்பாற்றுவதற்கு வழி என்ன? தூரத்தில் தெரிந்த நெருப்பு அப்போது குப்பென்று பற்றிப் பெரு நெருப்பாவது போலத் தோன்றியது. செங்கோடன் மீது முட்டிக்கொண்ட பங்கஜாவோ அவன் இன்னான் என்பதைத் தெரிந்து கொள்ளாமல், “ஐயோ! ஐயோ! என்னை விடு” என்று அலறினாள். “நான் தான் ராஜா செங்கோடக் கவுண்டன். பயப்படாதே! உன்னை நான் காப்பாற்றுகிறேன்!” என்று சொல்லிக் கொண்டே, சிறு குழந்தையைத் தூக்குவதுபோல் செங்கோடன் குமாரி பங்கஜாவைக் குண்டுக்கட்டாகத் தூக்கிக்கொண்டு கூடாரத்திலிருந்து வெளிப் பக்கம் நோக்கி ஓடினான். குமாரி பங்கஜா கால்களை உதைத்துக் கொண்டாள். கைகளினால் அவனுடைய மார்பைக் குத்தித் தள்ளினாள், கீழே குதிக்க முயன்றாள். ஒன்றும் பலிக்கவில்லை; செங்கோடக் கவுண்டனுடைய இரும்புக் கைகளின் பிடியிலிருந்து அவள் தப்ப முடியவில்லை.

கூடாரத்துக்கு வெளியில் அவளைக்கொண்டு வந்ததும் செங்கோடன் தானாகவே அவளைக் கீழே இறக்கிவிட்டான். “பயப்படாதே! நான் இருக்கும்போது பயம் என்ன?” என்றான். அதற்குப் பதிலாக குமாரி பங்கஜா அவனது வலது கன்னத்தில் ஓங்கி ஓர் அறை விட்டாள்.

மிக்க பலசாலியான செங்கோடனுக்கு அந்த அடியினால் கன்னத்தில் வலிக்கவில்லை; ஆனால், நெஞ்சில் கொஞ்சம் வலித்தது. அவனுக்கு ஒன்றுமே விளங்கவில்லை. கன்னத்தைத் தடவிக்கொண்டே நின்றான்.

திடீரென்று கூடாரத்துக்கு வெளியே விளக்குகள் பிரகாசமாக எரியத் தொடங்கின.

தன் எதிரில் நின்றதும், தன் கன்னத்தில் அறைந்ததும் குமாரி பங்கஜா தான் என்பதைச் செங்கோடன் இன்னொரு தடவை நல்ல வெளிச்சத்தில் பார்த்துச் சந்தேகமறத் தெரிந்து கொண்டான். அதைப்பற்றி அவளைக் கேட்க வேண்டும் என்று மனம் விரும்பியது. “உன் உயிரைக் காப்பாற்றினேன். உன்னுடைய பூப்போன்ற

மேனியில் நெருப்புக் காயம் படாமல் தப்புவித்தேன். அதற்கு நீ எனக்கு கொடுத்த பரிசு கன்னத்தில் அறைதானோ?" என்று கேட்க அவன் விரும்பினான். ஆனால், நாவில் வார்த்தை ஒன்றும் வரவில்லை. பங்கஜாவின் முகத்தைப் பார்த்துக்கொண்டே பிரமை பிடித்தவன்போல நின்றான்.

அப்போது தான் குமாரி பங்கஜா அவனை உற்றுப் பார்த்தாள். "ஓகோ! நீயா? நீதானா இப்படிப்பட்ட அக்கிரமம் பண்ணினாய்? இப்படிப் பண்ணலாமா?" என்றாள்.

செங்கோடன் அதற்குப் பதில் சொல்வதற்குள் "பங்கஜா! பங்கஜா!" என்ற குரல் கேட்டது.

"இதோ இருக்கிறேன், அண்ணா!"

திடுதிடுவென்று ஏழெட்டுப் பேர் ஓடி வந்து அவர்கள் இருவரையும் சூழ்ந்து கொண்டார்கள். ஏதேதோ பேசிக்கொண்டார்கள்.

"இந்தத் தடியன்தானா கலாட்டா ஆரம்பித்தது?"

"ஆமாம்; இவனேதான்!"

"குறவனைப்போல் விழித்துக்கொண்டு நிற்பதைப் பார்!"

"படம் ஆரம்பித்ததிலிருந்து இவன் குட்டி போட்ட பூனை மாதிரி அங்குமிங்கும் அலைந்துகொண்டிருந்தான். அப்போதே சந்தேகப்பட்டேன்."

"ஏண்டா, தடியா! படம் பார்க்க வந்தாயா? கலாட்டா பண்ண வந்தாயா?"

"போலீஸ் கான்ஸ்டேபிள்! இங்கே சீக்கிரம் வாருங்கள்! இந்த ரௌடியை அரெஸ்ட் செய்யுங்கள்!"

"பங்கஜம்! இன்று சாயங்காலம் உன்னிடம் கயவாளித்தனமாகப் பேசினான் என்று சொன்னாயே. அந்த மனிதன் இவன்தானே?"

இப்படியெல்லாம் அவனைச் சுற்றி யார் யாரோ, என்னென்னவோ பேசிக்கொண்டது செங்கோடனுடைய காதில் விழுந்தது. ஆனால், அவனுடைய மனத்திலே ஒன்றும் பதியவில்லை; அவர்களுடைய பேச்சு அவனுக்குப் புரியவும் இல்லை. தன்னைப் பற்றியா இப்படியெல்லாம் பேசுகிறார்கள்? தன்னை எதற்காக 'அரெஸ்ட்' செய்ய வேண்டும் என்கிறார்கள்? தான் செய்த குற்றம் என்ன? ஒரு பெண்பிள்ளையை நெருப்பிலிருந்து காப்பாற்றியது குற்றமா? இதென்னடா வம்பாயிருக்கிறதே? பிள்ளையார் பிடிக்கக் குரங்காக முடிந்ததே?

அப்போது குமாரி பங்கஜா யாரோ ஒருவனுடைய கையைப் பிடித்துகொண்டு, "ஸார், இப்படிக் கொஞ்சம் தனியே வாருங்கள்! ஒரு விஷயம்" என்று சொல்லி, அவனை அப்பால் அழைத்துக் கொண்டு போனதைச் செங்கோடனுடைய கண்கள் கவனித்தன. துரை மாதிரி உடுப்புத் தரித்த அந்த மனிதன் யார்? - யாரோ பெரிய உத்தியோகஸ்தன்போல் இருக்கிறது. எதற்காகப் பங்கஜா அவனை அவ்வளவு அருமையாக அழைத்துப் போகிறாள்? அவனிடம் இரகசியமாக என்ன விஷயம் சொல்லப் போகிறாள்? போகும்போது அவள் தன்னை ஒருதடவை நிமிர்ந்து பார்த்துப் புன்சிரிப்புச் சிரித்துவிட்டுப் போனதன் காரணம் என்ன? தன்னைப்பற்றி அந்த மனிதனிடம் ஏதோ சொல்லப் போகிறாள் போலிருக்கிறது. நல்லது சொல்லப் போகிறாளோ, அல்லது கெட்டது சொல்லப் போகிறாளோ?

இதற்குள் ஒரு போலீஸ் கான்ஸ்டேபிள் அங்கே வந்து சேர்ந்தான். அவனைப் பார்த்ததும் செங்கோடனுடைய மார்பு பதைபதைத்தது. நெஞ்சு தொண்டைக்கு வந்தது. உடம்பு வியர்த்தது. சிவப்புத் தலைப்பாகை ஆசாமிகள் இருக்குமிடத்துச் சமீபத்திலேயே செங்கோடன் போவது கிடையாது. ஆகா! போலீஸ்காரர்கள் பொல்லாதவர்கள். ஏதாவது ஒரு காரணத்தைச் சொல்லிப் பணம் பறிக்கப் பார்ப்பார்கள். செங்கோடனுக்கோ பணம் என்றால் உயிர். ஆகையால், எங்கேயாவது அவன் போகும் சாலையிலே போலீஸ்காரன் நின்றால், செங்கோடன் சாலையைவிட்டு இறங்கித் தூரமாக விலகிப்போய் ஒரு பர்லாங்கு தூரத்துக்கு அப்பால் மறுபடியும் சாலையில் ஏறுவான்.

இப்போது ஒரு போலீஸ்காரன் தலையில் சிவப்புத் தொப்பியும் குண்டாந்தடியுமாகச் செங்கோடனை நெருங்கி வந்து கொண்டிருந்தான். தப்பித்துக்கொண்டு ஓடலாமென்று பார்த்தால் சுற்றிலும் ஜனக்கூட்டமாயிருந்தது. ஆனால், எதற்காக அவன் ஓடவேண்டும்? அவன் செய்த குற்றந்தான் என்ன? அதைத்தான் தெரிந்து கொள்ளலாமே?

அந்தப் போலீஸ்காரனுடைய ஒரு கையில் குண்டாந்தடி இருந்தது. இன்னொரு கையில் ஒரு ஹரிக்கன் லாந்தர் இருந்தது. அது செங்கோடனுடைய ஹரிக்கன் லாந்தர். டிக்கட் வாங்கிய இடத்தில் அவன் விட்டுவிட்டு வந்த லாந்தர். 'அது எப்படி இந்தப் போலீஸ்காரன் கைக்கு வந்தது? ஆ! இதில் ஏதோ மர்மம் இருக்கிறது; நமக்கு ஏதோ ஆபத்து அதன்மூலம் வரப்போகிறது!"

போலீஸ்காரன், "விலகுங்கள்! விலகுங்கள், ஐயா!" என்று மற்றவர்களை அதட்டி விலக்கிக்கொண்டே செங்கோடனின் அருகில் வந்தான்.

"ஏண்டாப்பா! என்ன கலாட்டா பண்ணுகிறாய்?" என்று அவன் செங்கோடனைப் பார்த்துக் கேட்டான்.

செங்கோடனுக்கு வார்த்தை சொல்லும் சக்தி வந்தது. ஒரு முரட்டு தைரியமும் பிறந்தது.

"என்னைக் கேட்கிறீர்களா? நான் ஒரு கலாட்டாவும் பண்ண வில்லை. கலாட்டா என்றால் கறுப்பா, சிவப்பா என்றே எனக்குத் தெரியாது!"

"பின்னே எதற்காக இங்கே இவ்வளவு கூட்டம் கூடி இருக்கிறது?"

"எல்லாரும் சினிமாப் பார்க்க வந்தவர்கள் போலத் தோன்றுகிறது. வேண்டுமானால் கேட்டுப் பாருங்கள்!"

"வெகு கில்லாடித்தனமாய்ப் பேசுகிறாயே? ஒண்ணாம் நம்பர் ரௌடி போல் இருக்கிறதே!" என்றான் போலீஸ் கான்ஸ்டேபிள்.

பக்கத்தில் நின்றவர்கள் தலைக்கு ஒன்று சொல்லத் தொடங்கினார்கள்.

"இந்தத் திருட்டுப் பயலை விடாதீர்கள், ஸார்!"

"இருட்டிலே இவன் ஒரு பெண்பிள்ளையின் கழுத்துச் சங்கிலியை அறுக்கப் பார்த்தான்!"

"கழுத்துச் சங்கிலியை அறுக்கப் பார்த்தானா? அல்லது கழுத்தையே அறுக்கப் பார்த்தானா?"

"முழிக்கிற முழியைப் பார்த்தால் தெரியவில்லையா, எது வேணுமானாலும் செய்யக்கூடியவன் என்று!"

"நீங்கள் எல்லாரும் கொஞ்சம் சும்மா இருங்கள், நான் பார்த்துக் கொள்கிறேன். உங்கள் கலாட்டாவே பெரிய கலாட்டாவாய் இருக்கிறது!" என்றான் போலீஸ்காரன்.

இதற்குள் குமாரி பங்கஜா சற்று முன் கையைப் பிடித்து அழைத்துப் போன மனிதர் திரும்பி வந்தார். அவரைத் தொடர்ந்து சிறிது தூரத்தில் பங்கஜாவும் வந்து தனியாக நின்றாள்.

"இதோ சினிமா மானேஜர் வந்துவிட்டார்! அவரையே கேளுங்கள்!" என்றான் கூட்டத்தில் ஒருவன்.

சினிமா மானேஜர் வந்து போலீஸ்காரன் காதில் ஏதோ சொன்னார். அவன் உடனே, "நீங்கள் எல்லோரும் உள்ளே போங்கள்! படம் மறுபடியும் காட்டப் போகிறார்கள்!" என்றான்.

"நெருப்பு அணைந்துவிட்டதா, ஸார்! சேதம் ஒன்றும் இல்லையே?" என்று ஒருவன் கேட்டான்.

"அதெல்லாம் ஒன்றுமில்லை. இந்த ஹரிக்கன் லாந்தரில் எண்ணெய் ஆகிப்போய்விட்டது. அணையும்போது திரி 'குப்'பென்று எரிந்தது. அதைப் பார்த்துவிட்டுத்தான் யாரோ 'நெருப்பு' 'நெருப்பு' என்று கூச்சல் போட்டுக் கலாட்டா பண்ணிவிட்டார்கள். உள்ளே போங்கள்! படம் ஆரம்பமாகப் போகிறது."

உண்மையாகவே படம் ஆரம்பிப்பதற்கு அறிகுறியாகக் 'கிணுகிணு'வென்று மணி அடித்தது.

எல்லோரும் அவசர அவசரமாக உள்ளே போனார்கள்.

செங்கோடன், போலீஸ்காரன், சினிமா மானேஜர், குமாரி பங்கஜா இவர்கள் மட்டும் பாக்கி இருந்தார்கள்.

"அடே! உன் பெயர் என்ன?" என்று போலீஸ்காரன் அதட்டிக் கேட்டான்.

"என் பெயர் செங்கோடக் கவுண்டன். எதற்காகக் கேட்கிறீர்கள்?"

"சொல்லுகிறேன், அவசரப்படாதே! இந்த லாந்தர் யாருடையது?"

"என்னுடையது தானுங்க!"

"இதை நீ எங்கே வைத்துவிட்டு வந்தாய்?"

"டிக்கட் வாங்குகிற இடத்திலே விட்டுவிட்டு வந்தேன். ஏனுங்க? இதை யாராவது களவாடிக் கொண்டுபோகப் பார்த்தானா?"

"இந்த ஓட்டை லாந்தரை எவன் களவாடப் போகிறான்?"

"உங்களுக்கு இந்த ஊர் சமாசாரம் தெரியாதுங்க. நீங்கள் இந்த ஊருக்குப் புதிதுபோல் இருக்கிறது. இந்த ஊரிலே ஓட்டை லாந்தரையும் திருடுவாங்க! உங்களையேகூடத் திருடிக்கொண்டு போய்விடுவாங்க!"

"அடே, அதிகப் பிரசங்கி! வாயை மூடுகிறாயா இல்லையா?" என்று சொல்லிக்கொண்டு போலீஸ்காரன் தன் கையிலிருந்த தடியை ஓங்கினான்.

செங்கோடனுடைய கோபம் எல்லை கடந்தது. அடுத்த நிமிஷம் அவனுக்கும் போலீஸ் ஜவானுக்கும் துவந்த யுத்தம் ஆரம்பமாயிருக்கும். நல்லவேளையாக குமாரி பங்கஜா அச்சமயம் குறுக்கிட்டாள்.

"கான்ஸ்டேபிள் ஸார்! அவர் மேலே ஏன் கோபித்துக் கொள்ளுகிறீங்க! அவர் மேல் குற்றம் ஒன்றுமில்லையே?" என்றாள்.

"இவ்வளவு பெரிய இடத்திலேயிருந்து சிபாரிசு வந்த பிறகு நான் என்ன செய்கிறது?" என்றான் போலீஸ்காரன்.

சினிமா மேனேஜர், "ஆமாம், கான்ஸ்டேபிள்! இன்றைக்கு இங்கே ஒன்றும் வேண்டாம். மறுபடியும் ஏதோ கலாட்டா என்று எண்ணிக்கொண்டு சினிமா பார்க்கும் ஜனங்கள் கலைந்துவிடுவார்கள்! இவனுடைய லாந்தரை இவனிடம் கொடுத்துவிடுங்கள்!" என்றார்.

"விஷயத்தைச் சொல்லிக் கொடுப்பது நல்லது" என்றாள் பங்கஜா.

"அவசியம் சொல்ல வேண்டியதுதான். அப்பனே! இந்த லாந்தரை நீ அணைக்காமல் டிக்கட் கொடுக்கும் இடத்தில் வைத்துவிட்டு வந்துவிட்டாய். யாரோ ஒருவன் சுருட்டுப் பற்ற வைப்பதற்காக லாந்தரின் கண்ணாடியைக் கழற்றித் தூக்கி இருக்கிறான். அப்போது திரி 'புஸ்' என்று எரிந்து பக்கத்தில் உள்ள தட்டிப் பாயில் பிடித்துக் கொண்டது. அதனால் தான் இவ்வளவு காபராவும்!" என்றார் சினிமா மானேஜர்.

"இந்தா அப்பா! உன் லாந்தரை வாங்கிக்கொள். வேற எங்கேயும் வைக்காமல் உன் பக்கத்திலேயே வைத்துக்கொண்டு பாக்கி சினிமாவையும் பார்த்துவிட்டுப் போ!" என்றான் போலீஸ்காரன்.

செங்கோடன் கைநீட்டி லாந்தரை வாங்கிக் கொண்டான். சினிமாக் கொட்டகையிலிருந்து வெளியேறும் திசையை நோக்கி விடுவிடு என்று நடக்கத் தொடங்கினான்.

"அவர் ஏன் போகிறார்? பாக்கி சினிமா பார்க்கவில்லையா?" என்று குமாரி பங்கஜா கேட்டது செங்கோடன் காதில் விழுந்தது. வெட்கத்தினாலும் கோபத்தினாலும் உள்ளம் கொதித்துக் கொண்டிருந்த செங்கோடன் குமாரி பங்கஜாவைத் திரும்பிக்கூடப் பார்க்கவில்லை. இன்னும் சற்று வேகமாக நடந்தான்.

"கவுண்டர் கோபித்துக்கொண்டு போகிறார்போல் இருக்கிறது!" என்றான் போலீஸ் சேவகன்.

கான்ஸ்டேபிளின் சிரிப்புடன் இன்னும் இருவரின் சிரிப்புச் சத்தமும் கலந்து கேட்டது.

செங்கோடன் மனத்தில் மிக்க கோபத்துடனேதான் போனான். ஆனால், அந்தக் கோபமெல்லாம் செம்பவளவல்லியின் பேரில் பாய்ந்தது.

"சும்மா இருந்தவனைக் கிளப்பிவிட்டுக் 'கட்டாயம் போய் இந்த அழகான சினிமாவைப் பார்த்துவிட்டு வா' என்று சொன்னாள் அல்லவா? அவள் பேச்சைக் கேட்டுக்கொண்டு நானும் புறப்பட்டு வந்தேன் அல்லவா? இரண்டே காலணாவைத் தண்டமாகத் தொலைத்தேன் அல்லவா? பெண்பிள்ளையின் பேச்சைக் கேட்டுக்கொண்டு வந்த எனக்கு இதுவும் வேண்டும், இன்னமும் வேண்டும்!" என்று செங்கோடன் தன் மனத்திற்குள் சொல்லிக் கொண்டான்.

அத்தியாயம் – 7

மறுநாள் காலையில் செங்கோடக் கவுண்டன் வழக்கத்தைக் காட்டிலும் அதிக ஊக்கத்துடனும் உற்சாகத்துடனும் கேணியிலிருந்து நெல் வயலுக்குத் தண்ணீர் இறைத்துக் கொண்டிருந்தான். கவலை ஏற்றத்தில் பூட்டியிருந்த மாடுகளைச் சக்கையாக வேலை வாங்கினான். 'டிரேய்!' 'டிரேய்!' என்று அவன் மாடுகளை அதட்டிய சத்தம் அரை மைல் தூரம் கேட்டது.

செங்கோடனுடைய உள்ளமோ அடுப்பில் வைத்த சோற்று உலையைப்போல் அடிக்கடி கொதித்துக் கொண்டும் பொங்கிக் கொண்டும் இருந்தது. குமாரி பங்கஜாவைப் பற்றி அடிக்கடி நினைவு வரத்தான் செய்தது. அதோடு அவளைப் பார்த்த இடமாகிய அரசமரமும் அதற்குப் பின்னாலிருந்த பொய்மான் கரடும் கண் முன்னால் வந்தன. பொய்மானைத் தேடிப் போவது பற்றிப் பெரியவர்கள் எத்தனையோ கதை சொல்லுவார்களே? அது தன் விஷயத்தில் சரியாகப் போய் விட்டதல்லவா?

இத்தனை நாளாகத் தன்னை விரும்பிக் கட்டிக் கொள்ளக் காத்துக் கொண்டிருந்த செம்பவளவல்லியை விட்டுவிட்டு அந்தத் தளுக்குக்காரியிடம் தன் மூட மனம் போயிற்று அல்லவா? அதற்குச் சரியான தண்டனை கிடைத்துவிட்டது. பலர் முன்னால் அவமானப்பட நேர்ந்துவிட்டது! போதும்! போதும்! இந்த ஜன்மத்துக்குப் போதும்!

செங்கோடனுடைய உள்ளக் கொதிப்பை அதிகப் படுத்தும்படியான காரியங்கள் அன்று காலையிலிருந்து ஒன்றன் பின் ஒன்றாக நேர்ந்து கொண்டிருந்தன.

வயல்களுக்குத் தண்ணீர் பாய்ச்சுவதற்காக ஒரு ஹரிஜனச் சிறுவனைச் செங்கோடன் அவ்வப்போது கூலிக்கு அமர்த்திக் கொள்வது வழக்கம். அந்தச் சிறுவன் தான் முதன்முதலில் அவனுடைய வயிற்றெரிச்சலைக் கிளப்ப ஆரம்பித்தான்.

"என்ன எசமான்! நேற்று சினிமாக் கொட்டகையிலே ஏதோ கலாட்டாவாமே…" என்று அந்தப் பையன் மேலே பேசுவதற்குள், செங்கோடன் அவனுடைய தலையில் பலமாக ஒரு குட்டுக் குட்டி, "போடா! படவா ராஸ்கோல் சினிமாவாம்! கலாட்டாவாம்! ஓடிப் போய் மடையைச் சரியாக வெட்டிவிடு! இங்கே வம்பு பேசிக் கொண்டு நின்றாயோ, மண்வெட்டியால் உன்னை ஒரே வெட்டாய் வெட்டிவிடுவேன்!" என்றேன்.

"என்னாங்க இன்றைக்கு இவ்வளவு கோபம்! போலீஸ்காரன் கிட்டப் பூசை வாங்கிக்கிட்டது நெசந்தான் போலிருக்கு!" என்று சொல்லிக்கொண்டே சின்னான் தன்னை அடிக்கவந்த செங்கோடனிடம் அகப்படாமல் ஓடித் தப்பினான்.

பிறகு கிராமத்திலிருந்து ஒவ்வொருவராக வரத் தொடங்கினார்கள். வேறு வழியாகப் போக வேண்டியவர்கள்கூடச் செங்கோடனைப் பார்த்து விசாரித்துவிட்டுப் போகலாம் என்று அந்தப் பக்கமாக வந்தார்கள். ஆனால், செங்கோடன் அவர்களுடைய விசாரணை விஷயத்தில் அவ்வளவாக உற்சாகம் காட்டவில்லை.

"என்னப்பா, செங்கோடா?"

"ஓகோ! நீங்கதானா? எப்போது வந்தீங்க? கவனிக்கவே இல்லையே!"

"எங்களையெல்லாம் நீ கவனிப்பாயா? பெரிய மனுஷனாய்ப் போய்விட்டாய்!"

"அதுதான் தெரிஞ்சிருக்கே! பின்னே எதற்காக வந்தீங்க?"

"நேற்று ராத்திரி சினிமாக் கொட்டகையிலே ஏதோ கலாட்டா என்று சொன்னார்கள்! அதைப்பற்றிக் கேட்கலாம் என்று வந்தேன்."

"அதைப்பற்றி என்ன கேட்கலாம் என்று வந்தீங்க?"

"அது நெசமா, என்னதான் நடந்தது என்று கேட்பதற்காகத்தான்!"

"நெசமில்லாதது உங்கள் காதில் வந்து விழுமா? -ட்ரேய்! ட்ரேய்! சுத்தப் படுக்காங்குளி மாடு! நீயும் வெறும் வம்பு கேட்டுக் கொண்டா நிற்கிறாய்? வேலை வெட்டி இல்லாத பெரிய மனிதர்கள்

தான் வம்பு பேசுவதற்காக வருகிறாங்க! உனக்கு என்ன கேடு! ட்ரேய்! ட்ரேய்!"

இப்படியாக மாட்டைத் திட்டுகிறதுபோல் வம்பு பேச வந்தவர்களையெல்லாம் திட்டிச் செங்கோடன் அனுப்பிக்கொண்டு வந்தான்.

கடைசியாக, ஒரே ஓர் ஆசாமியிடம் அவனுடைய ஜம்பம் பலிக்கவில்லை. அன்றைக்குச் செம்பா வராமலிருந்தால் நல்லது என்று செங்கோடன் எண்ணிக்கொண்டிருந்தான். தன்னுடைய மனம் சரியில்லாத நிலைமையில் தாறுமாறாக ஏதாவது தான் பேசிவிட்டால் என்ன செய்கிறது என்று அவனுக்குக் கவலையாயிருந்தது. ஆனால், நாம் விரும்பியபடி இந்த உலகத்தில் என்னதான் நடக்கிறது? செம்பா வழக்கமாகத் தன் அப்பனுக்கு சோறு கொண்டு போகும் வழியில் செங்கோடன் கேணிக்கு வந்து சேர்ந்தாள்.

செங்கோடன் அவளை ஒருதடவை நிமிர்ந்து பார்த்துவிட்டு, மறுபடி 'ட்ரேய்' 'ட்ரேய்' என்று மாட்டை ஓட்டத் தொடங்கினான்.

கேணித் தண்ணீர் வாய்க்காலில் விழும் சலசலப்புச் சத்தம் தொடர்ந்து கேட்டது.

செம்பா கொஞ்சநேரம் நின்று பார்த்தாள். செங்கோடன் அவளைப் பார்த்துப் பேசாமலிருக்கவே அவளுக்கும் கோபம் வந்துவிட்டது.

"ஓகோ! இதற்குள் அவ்வளவு ராங்கி வந்துவிட்டதா? என்னைப் பார்த்துப் பேசக்கூட பிடிக்காமல் போய்விட்டதா? ஒரு நாளிலேயே இப்படியா? சரி; நான் போய்விட்டு வாரேன்!" என்றாள் செம்பா.

"போவானேன்? அப்புறம் திரும்பி வருவானேன்?" என்றான் செங்கோடன்.

"நான் திரும்பி வந்தால் உனக்கு இனிமேல் பிடிக்காதுதான்! ஒரே போக்காக நான் தொலைந்துபோய்விட்டால் உனக்குச் சந்தோஷமாயிருக்கும்! இல்லையா?"

"எதற்காக இவ்வளவு கோபதாபம் என்று தெரியவில்லை. இப்போது என்ன வந்துவிட்டது? நேற்றைக்கு இந்த நேரத்திலேதான் எல்லாம் பேசி முடிவு செய்து கொண்டோமே!"

"நேற்றுச் சங்கதி நேற்றோடு போய்விட்டது. இன்றைக்கு என்ன? எல்லாம் எனக்குத் தெரியும். என்னிடம் மறைக்கலாம் என்று பார்க்காதே!"

"என்னத்தை நான் செய்துவிட்டேன். என்னத்தை உன்னிடம் மறைக்கப் போகிறேன்?"

"ஏ ஆத்தாடி! இந்த ஆண்பிள்ளைகளின் புனைச்சுருட்டை என்னவென்று சொல்ல? நேற்றுச் சாயங்காலம் அரசமரத்தடியில் நீ அந்தப் பெண்பிள்ளையைப் பார்த்து இளிச்சிக்கிட்டு நின்றது, அப்புறம் சினிமாவிலே அவளைத் தூக்கிக்கிட்டு ஓடியது எல்லாம் எனக்குத் தெரியாது என்றா எண்ணிக் கொண்டாய்?"

செங்கோடனுடைய மனத்தில் சுருக்கென்றது; முகத்தில் அசடு வழிந்தது. ஆயினும் ஒருவாறு சமாளித்துக்கொண்டு, "நேற்றுச் சங்கதி நேற்றோடு போயிற்று என்று நீதானே சற்று முன்பு சொன்னாய்?" என்றான்.

"நம்முடைய பேச்சைப்பற்றியல்லவா சொன்னேன்? அந்தப் பெண்பிள்ளை அப்படி நேற்றுச் சங்கதி என்று விட்டுவிடுவாளா! அந்த..." என்று செம்பவளவல்லி இங்கு எழுதத் தகாத வசை ஒன்றைச் சொன்னாள்.

"இந்தா! இதோ பார்! என்னை நீ என்ன வேணுமானாலும் ஏசிக்கொள்! என் முட்டாள்தனத்துக்கு வேண்டியதுதான் என்று ஒத்துக்கொள்கிறேன். ஆனால், அந்நியப் பெண்பிள்ளையைப்பற்றிக் கன்னாபின்னாவென்று பேசாதே! நாக்கு அழுகிப்போகும்!" என்றான் செங்கோடன்.

"என் நாக்கு எதற்காக அழுக வேண்டும்! பொய்யும் புனைச் சுருட்டும் சொல்லுகிறவர்கள் நாக்கு அழுகட்டும்! அவள் அந்நியப் பெண் பிள்ளையாயிருந்தால், இங்கே எதற்காகப் பட்டப் பகலில் உன்னைத் தேடிக்கொண்டு வருகிறாள்? பட்டிக்காட்டுக் குடியானவன் வயலுக்குத் தண்ணீர் இறைக்கும் இடத்தில் பட்டணத்துச் சீமாட்டிக்கு என்ன வேலை?" என்றாள் செம்பா.

"செம்பா! என்ன உளறுகிறாய்? பட்டணத்துச் சீமாட்டியாவது, இங்கே என்னைத் தேடிக்கொண்டு வரவாவது? எப்போது வந்தாள்? ஒரே புளுகாய்ப் புளுகுகிறாயே?"

"நான் புளுகினால் என் நாக்கு அழுகிப் போகட்டும். என் தலையில் இடி விழட்டும், மாரியாத்தா என்னைக் கொண்டு போகட்டும். நீ சொல்லுவது பொய்யாக இருந்தால்?"

"ஐயையோ! எதற்காக இப்படியெல்லாம் கோரமான சபதங்களைச் செய்கிறாய்?"

"இங்கே இந்த மேட்டிலே ஏறி வந்து நீயே பார்த்துக் கொள்; வருகிறாளா, இல்லையா என்று. நான் இச்சமயம் வந்தது உனக்கு ஏன் பிடிக்கவில்லையென்று இப்போதல்லவா தெரிகிறது! பூசை வேளையில் கரடி புகுந்ததுபோல் நான் வந்துவிட்டேன். ஆனால், நான் வெட்கத்தையும் மானத்தையும் விட்டவள் அல்ல. யாராவது காலிலே விழுந்து கேட்டுக்கொண்டாலும் இங்கே ஒரு நிமிஷங்கூட நான் தாமதிக்கமாட்டேன். நீயும் உன் மோகனாங்கியும் கழுத்திலே கல்லைக் கட்டிக்கொண்டு கிணற்றிலே விழுந்தாலும் சரிதான்!"

செம்பாவின் வார்த்தைகள் செங்கோடன் மனத்தில் ஓர் ஆசையையும் ஒரு நம்பிக்கையையும் உண்டு பண்ணின. கொஞ்சம் பயமும் ஆவலுங்கூடத் தோன்றின. கமலை மாடுகளை அப்படியே விட்டுவிட்டு, கிணற்றங்கரை வாய்க்கால் மேட்டில் ஏறிப் பார்த்தான். செம்பா சொன்னது உண்மைதான். சற்று தூரத்தில் குமாரி பங்கஜா வந்து கொண்டிருந்தாள். ஆனால், தனியாக வரவில்லை. அவளுக்கு இருபுறத்திலும் இரு ஆண்பிள்ளைகள் வந்து கொண்டிருந்தார்கள். அவர்கள் சினிமாக் கொட்டைகையில் செங்கோடன் அரைகுறையாகப் பார்த்த மனிதர்கள் என்றே தோன்றியது.

செங்கோடன் முகத்தில் அவனை அறியாமல் ஒரு மலர்ச்சி, ஒரு புன்னகை தோன்றியது. அதோடு கொஞ்சம் அசடும் வழிந்தது. செம்பா அதைப் பார்த்துப் பொங்கினாள்.

"அடே! அப்பா! சந்தோஷத்தைப் பார்! வாயிலுள்ள அத்தனை பல்லுந் தெரிகிறதே?" என்றாள்.

"அவர்கள் வேறு எங்கேயாவது போகிறார்களோ, என்னமோ? என்னைப் பார்க்கத்தான் வருகிறார்கள் என்று எதனால் சொல்கிறாய்?" என்றான் செங்கோடன்.

"எல்லாம் எனக்குத் தெரியும், கவுண்டா! பாம்பின் கால் பாம்புக்குத் தெரியும். பின்னே எதற்காக அந்த அல்லி ராணி இந்தக் காட்டிலும் மேட்டிலும் நடந்து வருகிறாள்? ஒன்று சொல்கிறேன்; அதை மட்டும் மனசில் நன்றாகப் பதித்து வைத்துக்கொள்! நன்றாய்த் தீட்டிக் கூராக்கி ஒரு கத்தி வைத்திருக்கிறேன். சமயம் பார்த்திருக்கிறேன். அந்தக் கத்தியினால் குத்திக் கொன்றும்விடப் போகிறேன். அப்படிச் செய்யாவிட்டால் என் பெயர் செம்பா அல்ல; என் பெயரை மாற்றி அழை!"

"செம்பா! எதற்காக இந்த மாதிரி கொடுமையான வார்த்தை சொல்லுகிறாய்? அந்தப் பெண் உன்னை என்ன செய்தாள்? நான் தான் அப்படி என்ன செய்துவிட்டேன்?"

"அவள் என்ன செய்தாளோ? நீ என்ன செய்தாயோ? இரண்டு பேரும் கோவலன் - மாதவி நாடகம் நிஜமாகவே நடத்தப் பார்க்கிறீர்கள். ஆனால், கண்ணகியைப்போல் நான் பொறுத்துக் கொண்டிருக்க மாட்டேன். என்னுடைய பாட்டன் ஒன்பது பேரைக் கொலை செய்துவிட்டு, 'எல்லாக் கொலைக்கும் ஒரே தூக்கு மேடை தானே' என்று சொன்னவன்! தெரியும் அல்லவா? அவனுடைய இரத்தம் என் உடம்பிலும் ஓடுகிறது என்பதை மனசில் வைத்துக் கொள்!"

இப்படிச் சொல்லிவிட்டுச் செம்பா விடுவிடு என்று வேறு பக்கமாக நடந்து போனாள்.

குமாரி பங்கஜாவும் மற்ற இருவரும் கேணியை நெருங்கி வந்து கொண்டிருந்தார்கள். செங்கோடன் கேணிக் கரையில் மடித்து வைத்திருந்த பட்டுச் சட்டையை அவசர அவசரமாக எடுத்துப் போட்டுக் கொண்டான்!

அத்தியாயம் – 8

அவசரத்தில் சட்டை போட்டுக் கொள்வதென்பது சட்டையுடன் பிறந்த பட்டணத்து நாகரிக மனிதர்களுக்கே கொஞ்சம் கடினமான காரியந்தான். செங்கோடனின் பட்டுச் சட்டையோ அந்த அவசரத்தில் அவனை எகத்தாளம் செய்து, 'உனக்குப் பட்டுச் சட்டை வேறேயா?' என்று கேட்பதுபோல ஏறுமாறாக நடந்து கொண்டது. சட்டையின் வலது கைத் தொங்கலில் செங்கோடனின் இடது கைபுகுந்து கொள்ளவே, வலது கையை என்ன செய்வதென்று தெரியாமல் திண்டாடினான். அந்த நிலையிலேயே சட்டையைத் தலையில் மாட்டிக்கொள்ள முயன்றபோது, சட்டை முகத்தை மறைத்ததே தவிர, கீழே இறங்க மறுத்துவிட்டது. வெளியில் கழற்றி எறியவும் முடியவில்லை. அப்படிக் கழற்ற முயன்றபோது சட்டை 'தறார்' என்று கிழிந்தது. கிழிந்தால் கிழிந்து தொலையட்டும்! முகத்தை மறைப்பதற்குப் பதிலாகக் கழுத்தின் கீழே இறங்கிவிட்டதல்லவா?

வந்தவர்கள் மூன்று பேரும் இதற்குள் கீழே பள்ளத்திலிருந்து மேலே கேணியின் கரைக்கு ஏறி விட்டார்கள். அவர்கள் தங்களுக்கு வந்த சிரிப்பை அடக்கிக் கொள்ள முயன்றார்கள். அடக்க முடியாமல் சிரிப்பு பீறிக்கொண்டு வந்தது. செங்கோடனும் அவர்களுடன் சேர்ந்து சிரித்தான். வந்தவர்களில் ஒருவன், "கவுண்டர் ஸார்! தங்களுடைய தங்கத் திருமேனிக்குச் சட்டை இல்லாவிட்டால் என்ன? நாடறிந்த பாப்பானுக்குப் பூணூல் எதற்கு?" என்றான்.

அதற்குள் இன்னொருவன், "என்னப்பா, எஸ்ராஜ்! நம்முடைய ஜமின்தார் செங்கோடக் கவுண்டரைப் பஞ்சாங்கப் பிராமணனோடு ஒப்பிட்டுப் பேசுகிறாயே?" என்றான்.

"அழகாய்த்தான் இருக்கிறது! ராஜா செங்கோடக் கவுண்டரை நீங்கள் இரண்டு பேருமாகச் சேர்ந்து வெறும் ஜமீன்தார் ஆக்கி விட்டீர்களே! இன்னும் கொஞ்சநேரம் போனால் அவருடைய பத்து ஏக்கரா நிலத்தையும் பிடுங்கிக் கொள்ளுவீர்களோ, என்னமோ?" என்றாள் பங்கஜா.

"அவர்கள் பிடுங்கிக்கொண்டால் நான் விட்டுவிடுவேனா? என் உயிர் இருக்கிறவரையில் அது முடியாத காரியம்!" என்றான் செங்கோடன்.

"பங்காரு! பார்த்தாயா? நாம் என்னமோ தமாஷாய்ச் சொல்லப் போக, கவுண்டர் அவருடைய நிலத்தைப் பிடுங்கிக் கொள்ளத்தான் நாம் வந்திருக்கிறோம் என்று எண்ணவிட்டார்!" என்றான் 'எஸ்ராஜ்' என்கிற சுந்தரராஜன்.

"கவுண்டர், ஸார்! அப்படியெல்லாம் ஒன்றும் தப்பாக எண்ணிக் கொள்ள வேண்டாம். முக்கியமாக, உங்களுக்கு நன்றி சொல்லி விட்டுப் போவதற்காகவே வந்தோம்!" என்றான் பங்காருசாமி.

"எனக்கு நன்றி சொல்ல வந்தீர்களா? அது எதற்கு?" என்று செங்கோடன் கேட்டான்.

"இந்த லேடியை நேற்றைக்கு நீங்கள் காப்பாற்றினீர்கள் அல்லவா, அதற்காகத்தான்."

"அந்த அம்மாளையா, நானா காப்பாற்றினேன்? நன்றாய் விளக்கமாய்ச் சொல்லுங்கள்! நேற்று ராத்திரி நடந்தது ஒன்றும் எனக்கு ஞாபகமில்லை. மூளை குழம்பிக் கிடக்குது!" என்றான் செங்கோடன்.

"அது என்ன, அப்படிச் சொல்லுகிறீர்? நேற்று சினிமாக் கூடாரத்தில் நெருப்புப் பிடித்தது அல்லவா?"

"நெருப்புப் பிடித்ததா, என்ன? நீங்கள் எல்லோருமாய்ச் சேர்ந்துகொண்டு, 'நெருப்புப் பிடிக்கவே இல்லை' என்றீர்களே!"

"அந்தப் போலீஸ்காரன் ஒருவன் வந்தானே, அவனுக்காக அப்படிச் சொன்னோம். இல்லாவிட்டால், 'நெருப்பு ஏன் பிடிச்சுது? என்னமாய்ப் பிடிச்சுது?' என்று ஆயிரம் கேள்வி கேட்பான். அப்புறம் நெருப்புப் பிடிச்சதற்குக் காரணமாயிருந்தவனை 'அரெஸ்ட்' செய்ய வேண்டும் என்பான். உங்களை அப்படியெல்லாம் நாங்கள் காட்டிக்கொடுத்து விடுவோமா? நெருப்புப் பிடிச்சது என்னமோ

வாஸ்தவம். அதிலே அறுநூறு ரூபாய்க்கு அதிகமாய்ப் பண நோட்டு எரிந்து போய்விட்டது!..."

"எத்தனை ரூபாய்?" என்று செங்கோடன் ஒரு மைல் தூரம் கேட்கும்படி இரைந்து கேட்டுவிட்டு, திறந்த வாய் மூடாமல் இருந்தான்.

"ஆமாம்; அறுநூறு ரூபாய்க்கு அதிகம். நேற்றைக்கு இரண்டு வேளை சினிமாவில் டிக்கெட் வசூல் அவ்வளவும் போய்விட்டது."

"என்ன ஐயா, அதிசயமாயிருக்கிறது! ஒரு நாளைக்கு அறுநூறு ரூபாயா? நான் வருஷம் பூராவும் உழைத்துப் பாடுபடுகிறேன். எனக்கு வருஷத்துக்கு இருநூறு ரூபாய் மிச்சமாகிறதில்லை. ஒரு நாளைக்கு அறுநூறு ரூபாய் வசூலா?" என்று செங்கோடன் சத்தம்போட்டுக் கேட்டான்.

"அறுநூறு ரூபாய் ஒரு பிரமாதமா! பார்த்துக் கொண்டே இருங்கள்! இந்த அம்மாளை நாங்கள் சினிமாவில் சேர்த்துவிடப் போகிறோம். அப்போது ஒரு நாளைக்கு இரண்டாயிரம் ரூபாய் வசூலாகும். ஒரு தியேட்டரில் இரண்டாயிரம் ரூபாய். இந்த மாதிரி இருநூறு தியேட்டரில் தினம் தினம் இரண்டாயிரம் ரூபாய்க்குமேல் வசூல் ஆகும்."

"அடே அப்பா" என்று செங்கோடன் அதிசயத்துடன் குமாரி பங்கஜாவைப் பார்த்தான். பார்க்கப் பார்க்க, பங்கஜா வளர்ந்து வளர்ந்து பொய்மான் கரடு அளவு பெரிதாக வளர்ந்துவிட்டாள். குமாரி பங்கஜாவின் உருவம் மறைந்து அவ்வளவும் வெள்ளி ரூபாய் மயமாகச் செங்கோடனுக்குத் தோன்றியது!

இந்தச் சமயத்தில் பங்கஜா தானும் சம்பாஷணையில் கலந்து கொள்ள வேண்டியது அவசியம் என்று தீர்மானித்து, "கவுண்டரே! நான் கூட உங்களைப்பற்றி நேற்றுத் தவறாக எண்ணிக்கொண்டு ஒரு காரியம் செய்துவிட்டேன். அதற்காக ரொம்பவும் வருத்தப் படுகிறேன். தயவுசெய்து என்னை நீங்கள் மன்னிக்க வேண்டும்" என்று உருக்கமான குரலில் கூறினாள்.

அதைக் கேட்ட செங்கோடன் மனம் உருகி, "அதற்கென்ன, மன்னித்துவிட்டால் போகிறது! நீ வருத்தப்பட வேண்டாம்" என்றான்.

"அதெப்படி நான் வருத்தப்படாமல் இருக்கமுடியும்? என்ன நடந்தது தெரியுமா? இருட்டிலே யாரோ ஒருவன் என் கழுத்துச் சங்கிலியை அறுக்கப் பார்த்தான். அதனாலேதான் நான் அப்படி

ஓடி உங்கள் மேலே முட்டிக்கொண்டேன். நீங்கள் என்னைப் பலவந்தமாகத் தூக்கிக்கொண்டு போகவே, திருடன் நீங்கள் தான் என்று எண்ணிக் கன்னத்தில் அடித்துவிட்டேன். வெளிச்சம் போட்டதுந்தான் உங்களைத் தெரிந்தது" என்றாள் பங்கஜா.

செங்கோடனுடைய கை அவனையறியாமல் கன்னத்தைத் தடவிக் கொண்டது. இப்போது உண்மை தெரிந்துவிட்டபடியால் அவன் அந்த அறையைக் குறித்து வருந்தவில்லை. அதை நினைத்தபோது அவனுக்கு இப்போது ஒரு விசித்திரமான மகிழ்ச்சி உண்டாயிற்று.

"எந்த களவாணிப் பயல் அப்படி உன் கழுத்தில் கை வைத்து நகையைக் கழற்றப் பார்த்தான்? அப்போதே சொல்லியிருந்தால் அவனைக் கைப்பிடியாய்ப் பிடித்துச் செம்மையாய்க் கொடுத்து அனுப்பியிருப்பேனே!" என்றான் செங்கோடன்.

"இருட்டிலே யார் என்று தெரியவில்லை. தெரிந்திருந்தால் சொல்லியிருப்பேன்" என்றாள் பங்கஜா.

"சினிமாவிலே அதுதான் ஒரு கெடுதல். விளக்கை அணைத்து இருட்டாகச் செய்துவிடுகிறார்கள்! விளக்கைப் போட்டுக்கொண்டு சினிமாக் காட்டினால் என்ன? பணம் கொடுத்து வந்தவர்கள் இன்னும் நன்றாகப் பார்க்கலாம் அல்லவா?"

இதைக் கேட்ட மூவரும் சிரித்தார்கள். அந்தச் சிரிப்பு எதற்காக என்று செங்கோடனுக்கு விளங்கவில்லை. ஆனால், அவனும் அவர்களுடன் சேர்ந்து சிரித்தான்.

"சரி, எஸ்ராஜ்! நாம் வந்த காரியம் ஆகிவிட்டது, புறப்படலாமா?" என்று கேட்டான் பங்காரு.

"அதற்குள் என்ன அவசரம்? இன்னும் கொஞ்சநேரம் இருந்துவிட்டுப் போங்கள்!" என்று செங்கோடன் உபசரித்தான்.

"எனக்கு இந்த இடம் ரொம்பப் பிடித்திருக்கிறது. கேணிக்கரையும் தென்னை மரமும் பசேல் என்ற நெல் வயலும் சோளக் கொல்லையும் பார்க்க எவ்வளவு அழகாயிருக்கிறது! சினிமாவில் காதல் காட்சி எடுத்தால் இப்படிப்பட்ட இடத்தில் அல்லவா எடுக்க வேண்டும்?" என்றாள் பங்கஜா.

"அதற்கென்ன? நீ சினிமாவில் சேர்ந்து காதல் காட்சி எடுக்கும் போது இங்கேயே வந்து எடுத்துவிடலாம்!" என்றான் எஸ்ராஜ்.

"ஆகா! அதோ குயில் கூவுகிறது. பாருங்கள்! அடடா! என்ன இனிமை! என்ன இனிமை!" என்றாள் பங்கஜா.

"இந்தப் பக்கத்துக் குயில்களே இப்படித்தான்! ரொம்ப ரொம்ப இனிமையாகக் கூவும்!" என்றான் செங்கோடன்.

"அப்படியா? இங்கே நிறையக் குயில்கள் உண்டோ?"

"இருபது முப்பதுக்கு மேலே இருக்கிறது. நான் இங்கே ஒருத்தன் தானே? அவ்வளவு போதுமே?"

"இருபது முப்பது குயிலும் ஓயாமல் கூவிக்கொண்டிருக்குமோ?"

"கூவாவிட்டால் யார் விடுகிறார்கள்? தவடையில் இரண்டு அறை அறைந்து கூவச் சொல்லமாட்டேனா? உங்களுக்கு இஷ்டமான போதெல்லாம் வந்து கேட்கலாம், டிக்கெட் கிடையாது!" என்றான் செங்கோடன்.

"பார்த்தாயா, எஸ்ராஜ்! கவுண்டர் எவ்வளவு வக்கணையாகப் பேசுகிறார்!" என்றான் பங்காரு.

"நீங்கள் என்னமோ குயில் கியில் என்று பிராணனை விடுகிறீர்கள். ஏற்கனவே வெயிலில் வந்ததில் எனக்குத் தாகமாயிருக்கிறது. இப்போது தொண்டை அடியோடு வறண்டுவிட்டது. ஏதாவது குடிக்காவிட்டால் உயிர் போய்விடும்போல் இருக்கிறது."

இதைக் கேட்டவுடனேதான் செங்கோடனுக்கு வந்தவர்களை இத்தனை நேரமும் நிற்க வைத்துப் பேசுகிறோம், உட்காரச் சொல்லி உபசாரம் செய்யவில்லையென்பது நினைவு வந்தது.

"அடடா! தாகம் என்று அப்போதே சொல்லக் கூடாது? குடிசைக்குப் போகலாம், வாருங்கள். பானையில் தண்ணீர் நிரப்பி வைத்திருக்கிறேன். ஜில் என்று குளிர்ச்சியாயிருக்கும்" என்றான் செங்கோடன்.

"கவுண்டரே! குடிசை என்று சொல்லாதீர்; அரண்மனை என்று சொல்லும்!" என்றான் எஸ்ராஜ்.

"குடியானவனுக்கு அவன் குடியிருக்கும் குடிசைதான் அரண்மனை. அதில் சந்தேகம் என்ன?" என்றான் பங்காருசாமி.

"இந்தக் கிணற்றுத் தண்ணீரைச் சாப்பிடலாமே? அங்கே போவானேன்?" என்றாள் பங்கஜா.

"இல்லை, இல்லை. கிணற்றுத் தண்ணீர் இறைத்துக் கலங்கிப் போய்விட்டது. காலையிலேயே தெளிவாகத் தண்ணீர் எடுத்துப்

பானையில் கொட்டி வைத்திருக்கிறேன். வாருங்கள்! உங்களைப் போன்றவர்கள் இங்கே வருவதற்கு நான் கொடுத்து வைத்திருக்க வேண்டாமா?"

"சரி; அப்படி என்றால் போகலாம். ராஜா செங்கோடக் கவுண்டரின் அரண்மனையையும் பார்த்து வைக்கலாம்!" என்றான் பங்காரு.

எல்லாரும் குடிசைக்குப் போனார்கள். வாசலில் குறுகலான திண்ணை ஒன்று இருந்தது. செங்கோடன் கயிற்றுக் கட்டிலையும் பழைய பாய் ஒன்றையும் எடுத்துப் போட்டு, "உட்காருங்கள், இதோ தண்ணீர் கொண்டு வருகிறேன்!" என்றான்.

"வேண்டாம், வேண்டாம்! அவ்வளவு சிரமம் உங்களுக்கு எதற்கு? நான் எடுத்து வந்து கொடுக்கிறேன்" என்று சொல்லிக் கொண்டே பங்கஜாவும் உள்ளே நுழைந்தாள். அவளைத் தொடர்ந்து மற்ற இருவரும் குடிசைக்குள் வந்தார்கள்.

செங்கோடனுக்கு வெட்கம் பிடுங்கித் தின்றது. சட்டியும் பானையும், சுத்தம் செய்யாத சாம்பல் குவிந்த அடுப்பும் அழுக்குத் துணிகளும், மூலைக்கு மூலை தானிய மூட்டைகளும், மண் வெட்டியும், அரிவாளும், தவிடும் பிண்ணாக்குமாயிருந்த அந்தக் குடிசையைப் பார்த்து இந்தப் பட்டணத்துச் சீமான்களும் சீமாட்டியும் என்னவென்று நினைத்துக்கொள்வார்கள்! இவர்கள் வரப்போவது தெரிந்திருந்தால் குடிசையைச் சுத்தப்படுத்தி வைத்திருக்கலாமோ?

பங்கஜா உள்ளே நுழையும்போதே "அடடா! இங்கே எவ்வளவு குளிர்ச்சியாயிருக்கிறது? வெளியிலே வெயில் கொளுத்தி ஒரே உஷ்ணமாயிருக்கிறது! இங்கே ஊட்டி, கொடைக்கானல் மாதிரி ஜில்லென்று இருக்கிறது. ஓட்டு வீட்டிலும் மச்சு வீட்டிலும் என்ன சுகம் இருக்கிறது! கூரை வீட்டுக்குச் சமம் வேறொன்றும் கிடையாது!" என்று சொல்லிக்கொண்டே வந்தாள்.

"அதற்கென்ன சந்தேகம்" என்றார்கள் மற்ற இருவரும்.

செங்கோடன், "எல்லாரும் சேர்ந்தாற்போல் உள்ளே வந்தால் இங்கே நிற்பதற்குக்கூட இடங் கிடையாது" என்றான்.

"அழகாயிருக்கிறது! வேண்டிய இடம் இருக்கிறதே! ஆனந்த பவன் பங்களா மாதிரி அல்லவா இருக்கிறது!" என்றான் பங்காரு.

"மனம் விசாலமாயிருந்தால் இடமும் விசாலமாய் இருக்கும்!" என்றாள் குமாரி பங்கஜா.

பானையில் ஊற்றி வைத்திருந்த குளிர்ந்த தண்ணீரைச் செங்கோடன் தகரக் குவளையில் எடுத்து மூன்று பேருக்கும் கொடுக்க வந்தான். அப்போது அவனுக்கு ஒரு விசித்திரமான எண்ணம் தோன்றியது. அதாவது, அந்த இரண்டு ஆண்பிள்ளைகளும் குடிசையின் உட்புறத்தைக் கவனமாக உற்றுப் பார்க்கிறார்கள் என்ற சந்தேகம் ஜனித்தது. அப்படி என்னத்தைப் பார்க்கிறார்கள்? மூலை முடுக்குகளை எதற்காக உற்றுப் உற்றுப் பார்க்கிறார்கள்? எதற்காக இப்படி விழிக்கிறார்கள்? ஆ! இந்தப் பட்டணத்துப் பேர்வழிகளிடம் கொஞ்சம் ஜாக்கிரதையாகவே இருக்க வேண்டும்! இந்தக் காலத்தில் யாரையும் நம்புவதற்கில்லை!

எல்லாரும் தண்ணீர் குடித்ததும், "வாருங்கள் போகலாம்! வெளியில் காற்றாட உட்காரலாம்!" என்று சொல்லிவிட்டுச் செங்கோடன் வெளியே வந்தான் பங்கஜாவும் அவனுடன் வந்தாள். மற்ற இருவரும் மேலும் குடிசைக்குள் இருந்து, மூலை முடுக்குகளைக் குடைந்து, "இது பிண்ணாக்கு! இது நெல்லு!" என்று ஒருவருக்கொருவர் சொல்லிக் கொண்டிருந்தார்கள்.

"வாருங்கள்! வாருங்கள்! அங்கே என்ன இருக்கிறது, பார்க்கிறதற்கு" என்று செங்கோடன் சத்தம் போடவே இருவரும் வெளியில் வந்தார்கள்.

"போகலாமா?" என்றான் ஒருவன்.

"கொஞ்சம் உட்கார்ந்துவிட்டுப் போகலாம்" என்றான் இன்னொருவன்.

கயிற்றுக் கட்டிலிலும் திண்ணையிலும் நிரவி உட்கார்ந்ததும் செங்கோடன், "உங்களை ஒன்று கேட்கவேண்டும் என்றிருக்கிறேன்" என்றான்.

"பேஷாய்க் கேளுங்கள், கவுண்டர்வாள்! ஒன்று என்ன? பத்து வேண்டுமானாலும் கேளுங்கள்!" என்றான் எஸ்ராஜ்.

"இந்த அம்மாள் உங்கள் இரண்டு பேருக்கும் என்னமாய் வேணுங்க?" என்று கேட்டான்.

"எனக்கு இந்த அம்மாள் தங்கை!..."

"நிஜமாகவா? முகத்தைப் பார்த்தால் அப்படித் தோன்ற வில்லையே?" என்றான் செங்கோடன்.

"என் சொந்தத் தங்கை இல்லை; சித்தப்பாவின் மகள். இந்த எஸ்ராஜ் தடியன் இவளைக் கலியாணம் செய்து கொள்ளப் போகிறான்!"

"என்னங்க? என்னால் நம்பவே முடியவில்லையே! இந்த அம்மாளைப் பார்த்தாள் தேவலோகத்து ரம்பை, ஊர்வசி மாதிரி இருக்கிறது! இவரைப் பார்த்தால்..."

"ஆமாம், அனுமார் மாதிரி இருக்கிறது. அதனால் என்ன, கவுண்டரே! காதலுக்குக் கண்ணில்லை என்று கேட்டதில்லையா?"

"கண் இல்லாமற் போனாற் போகட்டும்! அறிவு கூடவா இல்லாமற் போய்விடும்?" என்றான் செங்கோடன்.

அப்போது குமாரி பங்கஜா குறுக்கிட்டு, "இவர்கள் சொல்வதை நீங்கள் நம்ப வேண்டாம். சும்மாவாவது சொல்கிறார்கள்! நான் கலியாணமே செய்துகொள்ளப் போவது இல்லை! அப்படிச் செய்துகொண்டால் என் மனசுக்குப் பிடித்தவரைத் தான் கலியாணம் செய்து கொள்வேன்!" என்றாள்.

"அது போனால் போகட்டும். இப்போது பங்கஜாவின் கலியாணத்துக்கு அவசரம் ஒன்றுமில்லை. நீர் கட்டாயம் ஒரு நாள் சின்னமநாயக்கன்பட்டிக்கு எங்கள் ஜாகைக்கு வர வேண்டும். நீங்கள் செய்த உதவிக்காக உங்களுக்கு ஒரு டீ பார்ட்டி கொடுக்கப் போகிறோம்."

"எனக்கு டீ பிடிக்காது. சாப்பிட்டுப் பழக்கம் இல்லை. ஒருநாள் எங்கேயோ சாப்பிட்டு மயக்கம்கூட வந்துவிட்டது."

"டீ சாப்பிடுவது கட்டாயம் இல்லை. மோர் கொடுக்கிறோம். சாப்பிடலாம். அதைத் தவிர, நீங்கள் அன்றைக்கு சினிமா பூராவும் பார்க்கவில்லை. ஒருநாள் வந்து பார்க்க வேண்டும்."

"வருகிறேன். ஆனால், என்னைப் பின்னால் கொண்டு உட்கார வைத்துவிடக் கூடாது!"

"எங்கே இஷ்டமோ அங்கே உட்காரலாம். திரைக்குப் பக்கத்திலேகூட உட்காரலாம்."

"அப்படியானால் சரி."

மூன்று பேரும் புறப்பட்டுச் சென்றார்கள். மற்ற இருவரும் ஏதோ பேசிக்கொண்டும் சிரித்துக்கொண்டும் போனார்கள். பங்கஜா மட்டும் செங்கோடனைத் திரும்பித் திரும்பிப் பார்த்துக்கொண்டு சென்றாள்.

செங்கோடன் தன் மனசிலிருந்த தராசின் ஒரு தட்டில் குமாரி பங்கஜாவையும் இன்னொரு தட்டில் செம்பவளவல்லியையும் வைத்து நிறுத்துப் பார்த்தான். யார் அதிகம், யார் குறைவு என்பதை அவனால் அவ்வளவு சுலபமாக நிர்ணயிக்க முடியவில்லை.

அத்தியாயம் – 9

செம்பவளவல்லியின் தகப்பனார் சிவராமலிங்கக் கவுண்டர் மிகவும் கண்டிப்பானவர். செம்பா அவருடைய மூத்த மகளாகையால் அவளுடைய இஷ்டத்துக்காக இத்தனை நாளும் பொறுத்திருந்தார். இனிமேல் கண்டிப்பாகப் பொறுக்க முடியாது என்று அவருடைய மனையாளிடம் தெரிவித்துக் கொண்டிருந்தார்.

"செங்கோடன் வந்து பெண் கேட்கப் போகிறான் என்று காத்திருந்தால் செம்பா கன்னிப்பெண்ணாகவே இருக்க வேண்டியதுதான்!" என்றார்.

"அவன் கேட்காவிட்டால் என்ன! நீங்கள்தான் கூப்பிட்டுச் சொல்லுங்களேன்? சிறு பிள்ளைதானே? தாயா, தகப்பனா - அவனுக்குப் புத்தி சொல்வதற்கு யார் இருக்கிறார்கள்?" என்றாள் செம்பாவின் தாயார்.

"அப்படி என்னத்திற்காகப் போய் அவன் தாவாக் கட்டையைப் பிடிக்க வேணும்? நம்ம செம்பாவுக்கு மாப்பிள்ளை கிடைக்காமலா போகிறான்?"

"இந்தப் பக்கத்திலேயே செழிப்பான வயல் காடும் வற்றாத கேணியும் செங்கோடனுக்கு இருக்கிறது. பணமும் சேர்த்து வைத்திருக்கிறான்..."

"இன்னும் எத்தனை நாளைக்கு அவன் காடும் பணமும் இருக்குமோ? சந்தேகந்தான். கேட்டாயா சங்கதி; செங்கோடனுக்குத் துர்ச்சகவாசம் ஏற்பட்டிருக்கிறது. சின்னமநாயக்கன்பட்டிக்கு யாரோ இரண்டு ஆண் பிள்ளைகளும் ஒரு பெண்பிள்ளையும் வந்திருக்கிறார்கள். அவர்கள் துர்நடத்தைக்காரர்கள். அவர்களில் ஒருவன் எங்கேயோ கோ-ஆபரேடிவ் சங்கப் பணத்தைக் களவாடிக்கொண்டு வந்துவிட்டானாம். அவன் மேலே வாரண்டு இருக்கிறதாகக் கேள்வி..."

“அதென்ன, கோ-ஆபரேடிவ் என்று என்னமோ சொன்னீங்களே?”

“அதெல்லாம் விளங்கச் சொல்ல இப்போது நேரமில்லை. பொதுப் பணத்தைக் கையாடிவிட்டு வந்திருக்கிறான். அப்படிப்பட்ட மனுஷ்யர்களோட செங்கோடன் சேர்ந்து கொண்டு ஏழெட்டு நாளாய்த் திரிகிறானாம்! இங்கே சோளமும் நெல்லும் காய்கிறதாம்! எப்படி இருக்கிறது கதை?”

“கொஞ்சங்கூட நன்றாயில்லை. நம்ம செங்கோடன் அந்த மாதிரி வழிக்கெல்லாம் போவான் என்று யார் நினைத்தது? நீங்கள்தான் கூப்பிட்டுப் புத்தி சொல்கிறதுதானே?”

“இப்போது நாம் சொல்கிற புத்தி ஏறாது! அந்தக் காவாலிப் பயல்கள் செங்கோடனுடைய பணத்தைப் பிடுங்கிக்கொண்டு அவன் தலையில் கூழைக் கரைத்துவிட்டுப் போன பிறகுதான் புத்தி வரும்.”

“அப்புறம் அவனுக்குப் புத்தி வந்து என்ன லாபம்?”

“அதனால் தான் அவனை விட்டுவிடலாம் என்கிறேன். வேறு மாப்பிள்ளை கையில் வைத்திருக்கிறேன். நீ சம்மதம் கொடுக்க வேண்டியதுதான்.”

“நான் சம்மதம் கொடுத்தால் போதுமா? செம்பாவின் சம்மதம் வேண்டாமா?”

“உன்னை யார் சம்மதம் கேட்கிறார்கள்? செம்பா சம்மதத்தைத் தான் சொன்னேன். அவளுக்கு நீ புத்தி சொல்லித் திருப்ப வேணும்.”

“அப்படி யார் வேறு மாப்பிள்ளை கையில் வைத்திருக்கிறீர்கள்?”

“ஒரு போலீஸ்காரரர் புதிதாக வந்திருக்கிறார். ரொம்ப நல்ல மனுஷர். முதல் தாரம் செத்துப் போய்விட்டது. பிள்ளைக் குட்டி கிடையாது. இரண்டாந்தாரமாகக் கேட்கிறார். வயது அதிகம் ஆகவில்லை. முப்பத்தைந்து, நாற்பதுதான் இருக்கும். முப்பது ரூபாய் சம்பளம். மேல் வருமானம் நூறு இருநூறுகூட வரும்.”

இதையெல்லாம் கேட்டுக்கொண்டிருந்த கவுண்டரின் மகன் முத்துசாமி, “அக்காவைப் போலீஸ்காரருக்குக் கட்டிக் கொடுத்தால் ரொம்ப நல்லது. அவரை அழைத்துக்கொண்டு வந்து இந்த ஊரிலே எனக்குப் பிடிக்காதவர்களையெல்லாம் பத்து, பத்து அடி முதுகிலே வெளுக்கச் சொல்லுவேன்! வாத்தியார் என்னை இனிமேல் தொட்டு அடிச்சால், போலீஸ்காரரைக் கூப்பிட்டுத் துப்பாக்கியால் சுட்டுவிடச் சொல்லுவேன். அக்கா! அக்கா! நீ போலீஸ்காரரையே கட்டிக்கொள்” என்றான்.

எல்லாவற்றையும் சமையல் அறையிலிருந்து கேட்டுக் கொண்டிருந்த செம்பா வேகமாக நடந்து வந்து முத்துசாமியின் முதுகில் நாலு அறை அறைந்துவிட்டுத் திரும்பிப் போனாள்.

“பார்த்தீர்கள் அல்லவா, உங்க மகளுக்கு வருகிற கோபத்தை!”

“யாருக்கு என்ன கோபம் வந்தாலும் சரி, இன்னும் மூன்று நாள் பார்க்கப் போகிறேன்; அதற்குள் செங்கோடன் வந்து ‘செம்பாவைக் கட்டிக்கொடு’ என்று கேட்கவேண்டும். இல்லாவிட்டால் போலீஸ்காரருக்கு வாக்குக் கொடுத்துவிடுவேன். அப்புறம் பிரம்ம தேவன் வந்தால்கூட மாற்ற முடியாது!” என்றார் சிவராமலிங்கக் கவுண்டர்.

●

மழையும் மரங்களும் அதிகமில்லாத புன்செய்க்காடுகளில் மாலை நேரம் எப்போதுமே மனோரம்மியமாயிருக்கும். அதிலும் முன்நேர நிலாக் காலமாயிருந்தால் சொல்லவே வேண்டியதில்லை. இந்த உலகமே சொர்க்கத்துக்கு ஈடாகிவிடும்.

செங்கோடக் கவுண்டன் தன் குடிசையை அடுத்துப் போட்டிருந்த வைக்கோற் கட்டின் மீது உட்கார்ந்திருந்தான். வானத்து வைரச் சுடர்களுக்கு மத்தியில் வெள்ளிப் படகு மிதந்து கொண்டிருந்தது. பச்சைச் சோளப் பயிரின் மீதும் தென்னங் குருத்துக்களின் மீதும் நிலவின் கிரணங்கள் விழுந்து தகத்தகமயமாய்ச் செய்தன. குயில்கள் முறை வைத்துப் பல்லவி பாடின. குடிசைக்குள்ளேயிருந்து அடுப்பில் வெந்த வெங்காயக் குழம்பின் மணம் வந்து கொண்டிருந்தது. இதிலெல்லாம் அதிசயமோ அசாதாரணமோ ஒன்றுமில்லை. எப்போதும் போலத்தான். ஆனால், செங்கோடனுடைய மனநிலையில் மட்டும் ஏதோ ஒரு மாறுதல் ஏற்பட்டிருந்தது. அது என்ன மாறுதல்? எழெட்டுத் தினங்களாக அவன் அந்தப் பட்டணத்து மனிதர்களிடம் அதிகமாகப் பழகி வருவது உண்மைதான். அவர்கள் ஒன்றும் அவ்வளவு பெரிய மனிதர்கள் அல்ல; யோக்கியர்களாகவும் தோன்றவில்லை. அந்தப் பெண்ணின் நடத்தையும் பேச்சுங்கூட அவ்வளவாகத் தனக்குப் பிடிக்கவில்லை, ஆயினும் அவர்களைக் காணப்போவதில் அத்தனை ஆவல் ஏன்? அந்தப் பெண்ணின் மோகம் தலைக்கு ஏறிவிட்டதா? மோகம் லாகிரியாக மாறிவிட்டதா? அல்லது, அல்லது... செங்கோடனுக்கு ஒரு கேவலமான சந்தேகம் உதித்தது. லாகிரி வஸ்துக்கள் என்று அவன் கேள்விப்பட்டதுண்டு. கஞ்சா என்றும் அபினி என்றும் பேசிக்கொண்டதைக் கேட்டதுண்டு. உண்மையாகவே

அத்தகைய லாகிரிப் பொருள் எதையாவது தனக்கு அவர்கள் கொடுத்து விடுகிறார்களோ? இல்லாவிட்டால், தனக்கு ஏன் அவ்வளவு சிரிப்பு வருகிறது! பாட்டுப் பாடக்கூட அல்லவா வருகிறது? வீதியில் நடக்கும்போதே வானத்தில் மிதப்பது போல் ஏன் தோன்றுகின்றது? யாரையாவது பார்த்தால் வாய் சம்பந்தமில்லாத வார்த்தகளை ஏன் உளறுகிறது? தகாத பேச்சு என்று மனசுக்குத் தெரிந்திருக்கும்போதே வாய் ஏன் அப்படித் தாறுமாறாகப் பிதற்றுகிறது? - இது என்ன தனக்கு வந்துவிட்டது? எந்தப் படுகுழியை நோக்கி அவன் போய்க் கொண்டிருக்கிறான்? பொய்மான் கரடு தன்னை வா வா என்று அழைத்து உச்சியில் ஏறச்செய்து கீழே ஒரே தள்ளாய்ப் பிடித்துத் தள்ளிவிடுவதுபோல் ஏன் அடிக்கடி தோன்றுகிறது? ஒருவேளை தன் மூளை தான்... அப்படியொன்றும் பிரமாதமான மூளையில்லை; ஆயினும் இருக்கிற மூளையும் சிதறிக்கொண்டிருக்கிறதோ? தனக்குச் சித்தபிரமை உண்டாகிவிடுமோ? பைத்தியக்கார ஆஸ்பத்திரியில் தன்னை அடைத்துவிடுவார்களோ? அப்படியானால் இந்த வயல்களின் கதி என்ன? நெல் பயிர், சோளப் பயிர் என்ன ஆவது? புதைத்து வைத்திருக்கும் பணந்தான் என்ன ஆவது? ஆகா! அந்த மனிதர்கள் தன்னுடைய குடிசைக்குள் புகுந்து ஏன் அப்படியும் இப்படியும் பார்த்துத் திருதிருவென்று விழித்தார்கள்! ஒரு வேளை...

ஏதோ காலடிச் சத்தம் கேட்கவே செங்கோடன் திடுக்கிட்டு அங்குமிங்கும் வளைந்து பார்த்தான். அவனை நோக்கி மிகச் சமீபத்தில் ஓர் உருவம் வந்து கொண்டிருந்தது. அது பெண் உருவம். செம்பவளவல்லிதான்! வேறு யார்? அவளைப் பார்த்த அதே நிமிடத்தில் செங்கோடனுடைய உள்ளத்தில் ஞானோதயம் உண்டாயிற்று. வாழ்க்கை என்பது ஒரு பெரிய அலை மோதும் ஏரி; அல்லது காவேரி வெள்ளம் என்று சொன்னாலும் சரி தான். அந்த ஏரி அல்லது காவேரி வெள்ளத்தில் தான் முழுகிப் போகாமல் தன்னைக் காப்பாற்றக்கூடிய தெப்பம் செம்பா. அவளை உடனே தான் பற்றிக் கொள்ள வேண்டும். கூடிய சீக்கிரத்தில் அவளைக் கலியாணம் செய்து கொண்டுவிட வேண்டும். தன்னுடைய பாழுங் குடிசையில் அவள் விளக்கேற்றி வைப்பாள். வாழ்க்கை இருட்டில் அவளே குல தீபமாக விளங்குவாள். அவளால்தான் கடைத்தேறலாம். தன் ஜன்மம் சாபல்யமாகும். தனிமை என்னும் சாபக்கேடு போகும். வீட்டுக்கும் வெள்ளாமைக்கும் அவளால் எவ்வளவோ நன்மையுண்டு.

"வா! செம்பா! வா! ஏது இத்தனை நேரங்கழித்து இருட்டிய பிறகு வந்தாய்? அப்பா அம்மா கோபித்துக் கொள்ளமாட்டார்களா?" என்றான் செங்கோடன்.

அதைக்கேட்ட செம்பா திரும்பிப் பத்து அடி தூரம் நடந்து சென்று தென்னங்கன்றுக்குச் சமீபமாகப் போய் நின்றாள்.

"இது என்ன மாய்மாலம்! இத்தனை தூரம் வந்துவிட்டு ஏன் போகிறாய்?" என்றான் செங்கோடன்.

சட்டென்று விம்மல் சத்தம் அவன் காதில் விழுந்தது. உடனே பதைபதைப்புடன் எழுந்து ஓடினான். செம்பாவை அன்புடன் பிடித்து அழைத்துக்கொண்டு வந்து தான் உட்கார்ந்திருந்த வைக்கோற் பொதியில் அவளையும் உட்கார வைத்தான்.

"என் கண்மணி! உன் கண்ணில் கண்ணீர் வருவதை நான் பார்த்துச் சகிக்கமாட்டேன்!" என்று சொல்ல அவளுடைய கன்னத்தைத் தூக்கிப் பிடித்துக் கண்ணீரைத் துடைத்தான்.

"என்னதான் சமாசாரம், சொல்! உன்னை உன் அப்பன் வீட்டை விட்டுத் துரத்திவிட்டானா?"

செம்பா தேம்பிக்கொண்டே, "அப்படிச் செய்தால் பரவாயில்லையே? என்னைக் கொன்று போட்டுவிட்டாலும் எனக்கு கவலையில்லை. ஆனால்..." என்று தயங்கினாள்.

"ஆனால், வேறு என்ன, உன்னை எந்தப் பயல் கொல்லத் துணிவான்? உன் அப்பனாயிருந்தாலும் முடியாது. நீ எனக்குச் சொந்தமானவள்..."

"இப்படித்தான் நீ ரொம்பா நாளாய்ப் பேசிக்கொண்டிருக்கிறாய். பேசி என்ன பிரயோஜனம்?"

"பின்னே என்ன செய்யச் சொல்லுகிறாய்? நான் தான், 'இந்த வருஷம் கழியட்டும்; வெள்ளாமை வீட்டுக்கு வரட்டும்; உடனே கலியாணம் வைத்துவிடலாம்' என்று சொன்னேனே?"

"அதுவரையில் யார் காத்திருப்பார்கள்? இன்னும் மூன்று நாளைக்குள் நீ வந்து கலியாணப் பேச்சை எடுக்காவிட்டால் அப்பா என்னை வேறிடத்தில் கலியாணம் செய்து கொடுத்துவிடப் போகிறார். மாப்பிள்ளைகூடப் பார்த்துவிட்டார்!"

"அது யார் அவன்? நான் காதலித்த பெண்ணைக் கலியாணம் செய்துகொள்ளத் துணிந்து வருகிறவன்! அவனுக்குத் தலையிலே கொம்பா? அவன் என்ன விக்கிரமாதித்ய மகாராஜாவா அல்லது மதனகாமராஜனா?"

"அப்படிப்பட்டவர் யாரும் இல்லை. சின்னமநாயக்கன்பட்டியில் புதிதாகப் போலீஸ்கார ஐயா வந்திருக்கிறாராம். அவர் என்னைக்

கலியாணம் செய்து கொள்ளக் கேட்கிறாராம். பரிசத்துக்குப் பணம் கொடுக்கக்கூடத் தயாராயிருக்கிறாராம்!"

செங்கோடன் திடுக்கிட்டுப் போனான். வேறு யாருடைய பெயரையாவது சொல்லியிருந்தால் செங்கோடன், 'அவனை விட்டேனா பார்! குத்திவிடுவேன்! கொன்றுவிடுவேன்!' என்று ஆர்ப்பாட்டம் செய்திருப்பான். ஆனால், சிவப்புத் தலைப்பாகைக் காரனோடு யார் சண்டை போட முடியும்? அவனுடைய மனத்தில் உடனே ஒரு நிச்சயம் ஏற்பட்டது. அதைச் செம்பாவிடமும் வெளியிட்டான்.

"என் கண்மணியே! என் செல்லக் கிளியே! ஆடும் மயிலே! பாடும் குயிலே! உன்னை இன்னொருவன் கட்டிக்கொள்ள நான் விடுவேனா? காத்திருந்தவன் பெண்ணை நேற்று வந்தவன் கொண்டுபோக நான் பார்த்திருப்பேனா? நாளைக்கே உன் தகப்பனாரிடம் போய்க் கேட்டுவிடுகிறேன். கலியாணத்துக்குத் தேதியும் வைத்துவிட்டு மறு காரியம் பார்க்கிறேன். நீ இல்லாமல் இனிமேல் ஒரு விநாடிகூட என்னால் உயிர் வாழ முடியாது" என்றான் செங்கோடன்.

இந்த மாதிரி 'கிளியே! மயிலே!' என்றெல்லாம் சொல்வதற்கு அவன் சினிமாக்கள் பார்த்தது மட்டும் காரணமில்லை. கஞ்சாவின் போதை இன்னும் சிறிது இருந்ததும் காரணமாகும். ஆனாலும், செம்பவளவல்லிக்கு அவனுடைய பேச்சு அளவில்லாத ஆனந்தத்தை அளித்தது. அவளுடைய ஆனந்தத்தைச் செய்கையினால் காட்டினாள். இருவரும் சிறிது நேரம் கரை காணாத மகிழ்ச்சிக் கடலில் மூழ்கியிருந்தார்கள். ஏதேதோ அர்த்தமில்லாத வார்த்தைகளைப் பேசினார்கள். ஆனால், அந்த அர்த்தமில்லாத வார்த்தைகள் அமுதத்தைப்போல் இனிமையாக இருந்தன. சட்டென்று செம்பா எழுந்து நின்றாள்.

"நான் இனியும் இங்கே இருப்பது நியாயம் இல்லை. வீட்டுக்கு ஓட வேண்டும். அப்பாவும் அம்மாவும் அம்மன் கோயிலுக்குப் போன சமயம் பார்த்து வந்தேன். அவர்கள் திரும்புவதற்குள் நான் திரும்பிவிட வேண்டும்."

செங்கோடன் தடுத்த போதிலும் அவள் கேட்கவில்லை.

"அப்படியானால் நான் கொஞ்ச தூரம் வந்து உன்னை ஊர் அருகில் கொண்டுவிட்டு வருகிறேன்!" என்று செங்கோடனும் எழுந்தான்.

இருவரும் நெல்வயல் வரப்பின் வழியாக நடக்கத் தொடங்கினார்கள். பத்து அடிகூட அவர்கள் நடந்திருக்கமாட்டார்கள்.

"ஐயோ! அதோ பார்!" என்று செம்பா சுட்டிக் காட்டினாள். அந்தத் திசையைச் செங்கோடனும் உற்று நோக்கினான்.

சோளக் கொல்லையில் சலசலவென்று சத்தம் கேட்டது. முதலில் ஒரு நாய் தென்பட்டது. அது 'லொள்' என்று குரைத்து ஒருதடவை பயங்கரமாக உறுமிற்று. அந்த நாயின் பின்னால் சோளப் பயிருக்கு மேலே ஒரு போலீஸ்காரனின் தலைத்தொப்பி தெரிந்தது. அவன் தோளில் சாத்தியிருந்த துப்பாக்கியின் மேல்முனையும் பயங்கரமாய்க் காட்சி அளித்தது.

செம்பவளவல்லியின் உடல் முழுதும் நடுநடுங்கிற்று. செங்கோடனும் மனங்கலங்கினான். ஐயோ! இது என்ன எதிர்பாராத விபரீதம்! இந்தப் போலீஸ்காரன் இங்கே எதற்காக வருகிறான்? ஒரு நொடிப்பொழுதில் செங்கோடக் கவுண்டனுடைய மனத்தில் பலவிதமான பீதிகள் வந்து மோதின. அவனுடைய கால்கள் மிகவும் தடுமாறின.

அத்தியாயம் – 10

செம்பா மிகவும் கெட்டிக்காரப் பெண். அந்த நிலைமையில் என்ன செய்ய வேண்டும் என்பதை உடனே முடிவுசெய்து கொண்டாள். வட கொரியர்களின் அறுபது டன் டாங்கிகளைக் கண்டு அமெரிக்கர்கள் செய்த காரியத்தையே அவளும் செய்யத் தீர்மானித்தாள். இச்சமயம் அவசரமாகப் பின்வாங்குவதுதான் முறை. வேறு வழியில்லை! செங்கோடன் காதில், "ஜாக்கிரதை! நான் சொன்னதையெல்லாம் நினைவு வைத்துக்கொள்..." என்று சொல்லிவிட்டுப் பின்புறம் திரும்பிச் சென்று வைக்கோற் கட்டின் பின்னால் மறைந்தாள்.

வேறு எங்கேயோ பார்த்துக் கொண்டிருந்த போலீஸ்காரனுடைய கவனத்தை நாயின் குரைப்புச் சத்தம் செங்கோடன் நின்ற பக்கம் திருப்பியது. சற்றுத் தூரத்துக்கு அப்பால் ஒரு பெண் உருவத்தின் நிழல் ஒரு கணம் தெரிந்து உடனே மறைந்தது.

போலீஸ்காரன் தலைப்பாகையைக் கையில் எடுத்துத் தலையைச் சொறிந்து கொண்டான். தொண்டையை ஒருதடவை பலமாகக் கனைத்தான். "சீ ராஸ்கல்! சும்மா இரு! உன் நாய்க் குணத்தைக் காட்டுகிறாயா? திருடனைக் கண்டால் பயந்து ஓடுவாய்! நம்ம ராஜா செங்கோடக் கவுண்டரைப் பார்த்துவிட்டுக் குரைக்கிறாயே" என்றான். நாயும் அவன் சொன்னதைத் தெரிந்து கொண்டதுபோல் குரைப்பதை நிறுத்தியது. போலீஸ்காரன் செங்கோடனை நெருங்கிக்கொண்டே, "நம்முடைய போலீஸ் டிபார்ட்மென்டிலும் நீ செய்கிற மாதிரிதான் வேலை செய்கிறார்கள். உன்னை எஸ்.பி.யாகவோ, டி.எஸ்.பி. யாகவோ போடவேண்டும்!" என்று முணுமுணுத்தான். தன்னுடைய சாமர்த்தியத்தைப் போலீஸ் இலாக்கா சரியாகத் தெரிந்துகொண்டு பயன்படுத்திக்கொள்ள

வில்லை என்ற குறை அவனுடைய மனத்தில் நீண்ட காலமாகக் குடிகொண்டிருந்தது.

செங்கோடன் தான் நின்ற இடத்திலேயே நின்றுகொண்டிருந்தான். போலீஸ்காரன் அவன் அருகில் வந்ததும், "யார் அது? செங்கோடக் கவுண்டன் போல் இருக்கிறதே!" என்றான்.

சில நாளாகவே செங்கோடனுக்குப் பழைய சங்கோசம், பயம் எல்லாம் நீங்கிப் புதிய தைரியம் பிறந்திருந்தது.

"உங்களைப் பார்த்தால் போலீஸ்காரர்போல் இருக்கிறதே?" என்றான்.

"அடே அப்பா! கெட்டிக்காரனாயிருக்கிறாயே? நான் போலீஸ்காரன் என்று எப்படிக் கண்டுபிடித்தாய்?"

"அது என்ன கஷ்டம்? உங்கள் உடுப்பைப் பார்த்தால் தெரிந்து போகிறது?"

"உடுப்பைப் பார்த்து நம்பிவிடக்கூடாது, அப்பனே! இந்தக் காலத்தில் திருடன்கூடப் போலீஸ்காரன் உடுப்பைப் போட்டுக் கொண்டு வந்துவிடுகிறான்!"

"திருடனா? திருடன் இங்கு எதற்காக வருகிறான்?"

"ஏதாவது அகப்பட்டதைச் சுருட்டிக்கொண்டு போகிறதற்குத் தான்."

"இங்கே சுருட்டுவதற்கு ஒன்றுமில்லையே! கிழிந்த கோரைப்பாய் ஒன்றுதான் இருக்கிறது!"

"என்ன, தம்பி, இப்படி ஒரே புளுகாய்ப் புளுகுகிறாய்? நீ நிறையப் பணம் சேர்த்து எங்கேயோ புதைத்து வைத்து இருக்கிறாய் என்று ஊரெல்லாம் சொல்லுகிறார்களே?"

செங்கோடன் திடுக்கிட்டுப் போனான். இதே மாதிரி வேறு யாரோ தன்னைக் கேட்டார்களே, சமீபத்தில்; யார் கேட்டார்கள்? அதற்குத் தான் சொன்ன பதில் என்ன? - இதை நினைத்து நினைத்துப் பார்த்து ஞாபகப்படுத்திக் கொள்ள முயன்றான். ஆனால், ஞாபகத்துக்கு வரவில்லை.

"என்ன கவுண்டரே! ஏன் விழித்துக்கொண்டு நிற்கிறீர்? ஊரார் சொல்லுவது உண்மைதான்போல் இருக்கிறது. எத்தனை ரூபாய் புதைத்து வைத்திருக்கிறீர்?"

"அதெல்லாம் சுத்தப் பொய்! ஊராருக்கு என்ன? வாயில் வந்ததைச் சொல்லுவார்கள். ஏழைக் குடியானவனிடம் அவ்வளவு ரூபாய் ஏது? புதைத்து வைப்பதற்கு? யாரோ கதை கட்டி விட்டிருக்கிறார்கள்!"

இப்படிச் செங்கோடன் சொல்லிக்கொண்டு இருக்கும்போதே அவனுடைய மனத்துக்குள், 'இந்தப் போலீஸ்காரருடன் வந்திருக்கும் நாயைப்போல் ஒரு நல்ல சாதி நாய் வளர்க்க வேண்டும்' என்ற எண்ணம் உதயமாயிற்று.

"அது கிடக்கட்டும், தம்பி! ஊரார் என்ன சொன்னால் எனக்கு என்ன? அப்படியே உன்னிடம் நிறையப் பணம் இருந்தால் எனக்கு ஒரு தம்படி கொடுக்கப் போகிறாயா?" என்றான் போலீஸ்காரன்.

"அப்படிச் சொல்லாதீங்க, ஐயா! என்னிடம் பணம் இருந்தால், ஒரு தம்படி என்ன, இரண்டு தம்படிகூடக் கொடுப்பேன், கையில் இல்லாத தோஷந்தான்!"

"கையிலே இல்லை; பூமியிலே இருக்கிறது! அப்படித்தானே?"

"இது என்னடா வம்பு! நான் பணம் புதைத்து வைக்கவில்லை என்று சத்தியம் செய்தால்கூட நம்ப மாட்டீங்க போலிருக்கே?"

"அதைச் சொல்லவில்லை, அப்பா! நீ பயிர் செய்கிறாயே, இந்த வளமான பூமியிலே பாடுபட்டால் பணம் இருக்கிறது என்று சொன்னேன்."

"அப்படிச் சொன்னீர்களா? அது கொஞ்சம் நிஜந்தான். ஆனால், இந்தப் பூமியிலிருந்து பணத்தை எடுப்பதற்குள்ளே வாய்ப் பிராணன் தலைக்கு வந்துவிடுகிறது. சுத்த வறண்ட பூமி!"

"என்ன அப்படிச் சொல்கிறாய்? உன் காட்டில் சோளப்பயிர் கருகருவென்று வளர்ந்திருக்கிறதே! ஆறு அடி உயர ஆள் புகுந்தால் கூடத் தெரியாது! அவ்வளவு உயரம்...!"

"ஐயோ! சாமி; கண்ணைப் போடுறீங்களே?"

"கண்ணைப் போடவில்லை! ஆனால், இந்த மூக்கை ஊரிலேயே வைத்துவிட்டு வந்திருக்க வேணும்! வெங்காயக் குழம்பின் வாசனை 'ஜம்' என்று வருகிறது!" என்று சொல்லிவிட்டுப் போலீஸ்காரன் இரண்டு மூன்று தடவை பலமாக மூச்சை இழுத்து வாசனை பிடித்தான்.

"இருந்து சாப்பிட்டுவிட்டுப் போங்களேன்" என்றான் செங்கோடன்.

"இன்றைக்கு எனக்கு வேறு இடத்தில் சாப்பாடு. குடிசைக்குள்ளே வேறு யாராவது உண்டா? நீதான் சமைத்துக் கொள்கிறாயா?"

"என்னைத் தவிர இங்கே வேறு யாரும் இல்லை. நான் ஏகாங்கி."

"அப்படி இருக்கக்கூடாது. சீக்கிரத்தில் யாராவது ஒரு பெண்ணைக் கட்டிப் போடவேண்டும். நான் வரும் போது இங்கே உன்னோடு நின்று யாரோ பேசிக்கொண்டு இருக்கவில்லை? அவசரமாய்ச் சோளக்கொல்லையில் புகுந்து போகவில்லை?"

"என்னங்க, கதையாயிருக்கிறது! இங்கே ஒருத்தரும் இல்லையே!"

"யாரோ சேலை கட்டிய பெண்பிள்ளை மாதிரி தோன்றியதே!"

"உங்களுக்கு ஏதோ சித்தப் பிரமை. இங்கே பெண்பிள்ளை யாரும் இல்லை."

"ஆமாம், இருந்தாலும் இருக்கலாம். கொஞ்ச நாளாக எனக்கு எங்கே பார்த்தாலும் செம்பவளவல்லி நிற்கிறதாகவே பிரமை உண்டாகிறது. கொப்பனாம்பட்டி சிவராமக் கவுண்டர் மகள் செம்பா இல்லை? அவளை நான் கலியாணம் கட்டிக்கொள்ளப் போகிறேன். அப்புறம் பார்; 374-ஆம் நம்பர் கான்ஸ்டேபிள் கால்மேல் கால் போட்டுக்கொண்டு உட்கார்ந்து அதிகாரம் பண்ணிச் சாப்பிட மாட்டாரா?"

அந்தப் போலீஸ்காரனை அங்கேயே கழுத்தை முறித்துக் கொன்று போட்டுவிடலாமா என்று செங்கோடனுக்கு ஆத்திரம் வந்தது. செம்பாவின் மனசை அவன் நன்றாய் அறிந்து கொண்டிருந்தபடியால் பொறுமையைக் கடைப்பிடித்தான்.

"அதெல்லாம் இருக்கட்டும், போலீஸ் ஐயா! எதற்காக இவ்வளவு தூரம் மெனக்கெட்டு இங்கே வந்தீங்க? அதைச் சொல்லுங்க?" என்றான்.

"அடடா! மறந்தே போய்விட்டேனே! உன்னோடு பேசுகிற சுவாரஸ்யத்திலே வந்த காரியம் மறந்துவிட்டது" என்று சொல்லி விட்டுச் சட்டைப் பையிலிருந்து எடுத்த தபாலைக் கொடுத்தான் போலீஸ்காரன்.

"இது ஏது தபால்? எனக்கு யார் தபால் போட்டு இருப்பார்கள்? அதிசயமாய் இருக்கிறதே!" என்றான் செங்கோடன்.

"கூடார சினிமாவிலே உன் கன்னத்திலே அறைந்தாளே, ஒரு பெண்பிள்ளை - குமாரி பங்கஜா - அவள் கொடுத்தாள். சாலையில் பொய்மான் கரடு சமீபமாய் நின்றாள். நான் கொப்பனாம்பட்டி போகிறேன் என்றேன். 'இதை ராஜா செங்கோடக் கவுண்டரிடம் கொடுத்துவிட்டுப் போங்கள்' என்றாள். பாவம்! ஒரு பெண்பிள்ளை கெஞ்சிக் கேட்டுக்கொள்ளும்போது மாட்டேன் என்று எப்படிச் சொல்கிறது? 'சரி' என்று வாங்கிக்கொண்டு வந்தேன். நான் போகட்டுமா?"

"கொஞ்சம் இருங்க; இந்தக் கடுதாசியை வாசித்துக் காட்டிவிட்டுப் போங்க!"

"என்ன தம்பி, உனக்குப் படிக்கத் தெரியாதா?"

"தெரியாமல் என்ன? மூன்றாம் வகுப்புவரை படித்திருக்கிறேன். அச்சு எழுத்துப் படிக்கத் தெரியும். கூட்டு எழுத்தாயிருந்தால் படிக்கிறது சிரமம். ஒருவேளை அந்த அம்மா இங்கிலீஸிலே எழுதியிருந்தாலும் எழுதியிருப்பாங்க. எனக்கு இங்கிலீஸ் தெரியாது."

இப்படிச் சொல்லிக் கொண்டே செங்கோடன் குடிசை அருகில் சென்று வாசற்படிக்குப் பக்கத்தில் வைத்திருந்த ஹரிக்கன் லாந்தரை எடுத்துப் பெரிதாகத் தூண்டிவிட்டுக் கடிதத்தை வாசித்தான். எழுத்துப் புரியும்படியாகவே எழுதியிருந்தது. ஆகையால், எழுத்துக்கூட்டி இரைந்து வாசித்தான்:

"என் இதயத்தைக் கொள்ளை கொண்ட ராஜா செங்கோடக் கவுண்டர் அவர்களுக்கு,

நான் பெரிய சங்கடத்திலும் அபாயத்திலும் சிக்கிக் கொண்டிருக்கிறேன். நாளைச் சாயங்காலம் கட்டாயம் வந்து என்னைச் சந்திக்கவும். நீங்கள் நாளைச் சாயங்காலம் வரத் தவறினால் அப்புறம் என்னை உயிரோடு காண முடியாது.

இப்படிக்கு,
குமாரி பங்கஜா."

இதைப் படித்தபோது செங்கோடனுக்கு வியர்த்து விறுவிறுத்தது. படித்து முடித்துவிட்டுப் போலீஸ்காரனுடைய முகத்தைப் பார்த்தான். போலீஸ்காரன் கண்ணைச் சிமிட்டிக்கொண்டே, "பார்த்தாயா, அதிர்ஷ்டம் உன்னைத் தேடிக்கொண்டு வருகிறது!" என்றான்.

"எனக்கு ஒன்றும் விளங்கவில்லை. இதில் என்ன எழுதி இருக்கிறது? நீங்க ஒருதடவை படித்து காட்டுங்க!"

"விளங்காமல் என்ன இருக்கிறது? அதுதான் வெட்ட வெளிச்சமாய் எழுதியிருக்கிறதே!" என்று சொல்லிவிட்டுப் போலீஸ்காரன் ஒருதடவை படித்துக் காட்டினான்.

"நீங்களே ஒரு யோசனை சொல்லுங்க. இது நிஜமாயிருக்குமா? நான் போக வேணுமா?"

"போய்த்தான் பாரேன், என்ன நடக்கிறது என்று? உன்னைக் கடித்தா விழுங்கிவிடப் போகிறாள்?"

"சரி உங்கள் யோசனைப்படியே செய்கிறேன். ஆனால், உங்களை ஒன்று கேட்டுக்கொள்கிறேன்."

"என்னை நீ இரண்டு வேண்டுமானாலும் கேட்கலாம்."

"ஒன்றுதான், அதற்கு மேலே இல்லை. இராத்திரி கொப்பனாம் பட்டி கவுண்டர் வீட்டில் சாப்பிடப் போறீங்க அல்லவா? அங்கே என்னையும் இந்தக் குமாரி பங்கஜாவையும் பற்றி ஏதாவது கன்னாபின்னாவென்று பேசி வைக்காதீங்க! பேசினால் காரியம் கெட்டுப்போய்விடும்."

"அது என்ன? அப்படி என்ன காரியம் கெட்டுப்போய்விடும்?"

"உங்களிடம் சொல்லுகிறதற்கு என்ன? அந்த வீட்டுப்பெண் செம்பாவை நான் தான் கலியாணம் செய்து கொள்ளப் போகிறேன்!..."

"என்ன? என்ன? ஒரே போடாய்ப் போடுகிறாயே!"

"நான் போட்டாலே ஒரே போடாய்த்தான் போடுகிறது; இரண்டு மூன்று போடுகிறதில்லை. செம்பாவுக்கும் எனக்கும் குறுக்கே யார் வந்தாலும், அவன் தசகண்ட இராவணனாயிருந்தாலும் சரி. ஒன்று அவன் சாக வேணும்; அல்லது என் உயிர் போக வேணும். நான் சொல்ல வேண்டியதையெல்லாம் சொல்லிவிட்டேன். அப்புறம் உங்கள் இஷ்டம்!"

"என் இஷ்டமும் இல்லை; உன் இஷ்டமும் இல்லை! அந்தப் பெண் இஷ்டப்பட்டு யாரை..."

"அதைப்பற்றிச் சந்தேகம் வேண்டாம்! செம்பாவுக்கு என்னைக் கட்டிக்கொள்ளத்தான் இஷ்டம். நீங்களே கேட்டுக் கொள்ளலாம்!"

"கவுண்டரே! இதை முன்னமே சொல்லித் தொலைக்கிறது தானே? சொல்லியிருந்தால் நான் அந்தப் பெண் பேச்சையே

எடுத்திருக்க மாட்டேனே! செம்பாவின் தகப்பனார் சொன்னார், மகளுக்கு இந்த வருஷம் அவசியம் கலியாணம் செய்துவிட வேண்டும் என்று. உனக்கு அவளைக் கட்டிக்கொள்ள இஷ்டம் இல்லையென்றும் தெரிவித்தார். நீயே கலியாணம் செய்து கொள்கிறதாயிருந்தால் பழம் நழுவிப் பாலில் விழுந்தது போலாயிற்று! இன்றைக்கு இராத்திரியே பெரிய கவுண்டரிடம் சொல்லிவிடுகிறேன்."

"போலீஸ்கார ஐயா! நீங்க ஒன்றும் சொல்லாமல் சும்மா இருந்தால் அதுவே பெரிய உபகாரமாயிருக்கும். நாளைக் காலையில் நானே எல்லாம் சொல்லிக் கொள்வேன்" என்றான் செங்கோடன்.

போலீஸ்காரன் போன பிறகு குடிசைக்குள்ளே போய் லாந்தரை நன்றாய்த் தூண்டிவிட்டுச் சுற்றுமுற்றும் பார்த்தான். ஓர் அடுப்பில் குழம்பு கொதித்து அடங்கியிருந்தது. இன்னும் ஓர் அடுப்பில் பழைய சாம்பல் குவிந்திருந்தது. அந்த அடுப்பை உற்றுப் பார்த்துவிட்டு, "எப்படிப்பட்ட சித்திரகுப்தனாயிருந்தாலும் கண்டுபிடிக்க முடியாது. நாம் பயப்படுவது அநாவசியம்" என்று தனக்குள்ளே சொல்லிக்கொண்டான்.

இராத்திரி பாயில் படுத்த பிறகு, செங்கோடனுடைய மனத்தில் பலவிதமான எண்ணங்கள் அலைமோதிக் குமுறின. அவற்றின் மத்தியில், ஏதோ ஒரு முக்கியமான விஷயம் மறந்துபோய்விட்டது. அதை எப்படியாவது ஞாபகப்படுத்திக் கொள்ளவேண்டும் என்று எண்ணிப் பெரும் பிரயத்தனம் செய்தான். எவ்வளவோ முயன்றும் அது ஞாபகத்துக்கு வராமலே தூங்கிப் போனான்.

அத்தியாயம் – 11

மறுநாள் காலையில் செங்கோடன் வழக்கம்போல் வீடு சுத்தம் செய்துவிட்டு, கேணியில் பாதித் தண்ணீர் இறைத்துவிட்டு, குளித்து, வெள்ளை வேட்டி சொக்காய் தரித்துக்கொண்டு, கொப்பனாம் பட்டிக்குப் போனான். பெரியகவுண்டர் செங்கோடனைப் பார்த்ததும் ஆச்சரியப் பட்டதுபோல் பாவனை செய்து, "நீ எங்கே வந்தாய்?" என்று கேட்டார்.

"என்ன மாமா! அப்படிக் கேட்டீங்க ஒரு கேள்வி? நான் வரக்கூடாதா?" என்றான்.

"நன்றாய் வரலாம். வரக்கூடாது என்று யார் சொன்னது? ரொம்ப நாளாய் உன்னைக் காணுகிறதே இல்லையே, எங்களை அடியோடு மறந்துவிட்டாயோ என்று பார்த்தேன்."

"அப்படியெல்லாம் மறப்பேனுங்களா? வெள்ளாமை வேலை அதிகமாயிருந்தது. உங்களுக்குத் தெரியாதா? மழையில்லாமல்..."

"அதெல்லாம் தெரியும், அப்பா! ஆனால், நீ வெள்ளாமையிலே மட்டும் கவனாயிருந்ததாகத் தெரியவில்லையே? சின்னமநாயக்கன்பட்டிக்கு அடிக்கடி போகிறாயாம்? அங்கே யாரோ காவாலிகள் வந்திருக்கிறார்களாம். அவர்களோடு சேர்ந்துகொண்டு திரிகிறாயாம்! சாலையிலே போகிறபோதே ஏதேதோ பேத்திக்கொண்டு போகிறாயாம், குடிகாரனைப்போல. அப்படியிருக்க..."

"அதெல்லாம் முந்தாநாளோட தீர்ந்தது மாமா! எனக்குத் தாயா, தகப்பனாரா, வீட்டிலே வேறு பெரியவர்களா, யார் இருக்கிறார்கள்? நான் அப்படியே

தப்பு வழியில் போனாலும் நீங்கள் தானே புத்தி சொல்லித் திருத்த வேணும்?"

"புத்தி சொன்னால் நீ கேட்கிற நிலைமையிலே இல்லையே? அது போகட்டும்; இப்போது எதற்காக வந்தாய்? ஏதாவது யோசனை கேட்பதற்காக வந்தாயா?"

"ஆமாம், மாமா! ஒரு யோசனை கேட்கத்தான் வந்தேன். நம்ப செம்பாவைக் கலியாணம் பண்ணிக்கொள்ள வேண்டும் என்று வெகு நாளாக எனக்கு எண்ணம். அதைப் பற்றி இன்றைக்குப் பேசி..."

"வெகுநாளாக உனக்கு எண்ணம் என்றால், இத்தனை நாள் ஏன் சொல்லாமல் இருக்கவேணும்? இப்போது வந்து சொல்கிறாயே? நான் அந்தப் போலீஸ்காரருக்கு வாக்குக் கொடுத்துவிட்டேனே?"

"அது எப்படி நீங்கள் வாக்குக் கொடுக்கலாம்? செம்பா விஷயமாக என் மனசில் இருந்த உத்தேசம் உங்களுக்குத் தெரியாமலா இருக்கும்?"

"மறுபடியும் அதையே சொல்கிறாயே? மனசிலே உத்தேசம் இருந்தால் என்ன பிரயோசனம்? வாயைவிட்டுச் சொல்கிறதுதானே? கடவுள் வாயை எதற்காகக் கொடுத்திருக்கிறார்?"

"சரி; இப்போதுதான் வாயைவிட்டுச் சொல்லியாகிவிட்டதே? ஒரு மழை நல்லாப் பெய்து ஊரிலே கொஞ்சம் செழிப்பு உண்டாகட்டும், அப்புறம் உங்களிடம் வந்து கேட்கலாம் என்று எண்ணியிருந்தேன்."

"மழை பெய்யாவிட்டால் உனக்கு என்ன? மற்றவர்களுக்குக் கஷ்டம். உன் கேணியிலேதான் வற்றாமல் தண்ணீர் வருகிறது! சோளம், நெல் எல்லாம் நன்றாய் வந்திருக்கிறதே?"

"நான் மட்டும் நல்லாயிருந்தால் போதுமா? உங்கள் காட்டிலும் மழை பெய்து நல்லா விளைந்தால்தானே என் சோளம் எனக்குக் கிட்டும்! இல்லாவிட்டால் இந்த வீட்டுக் குழந்தைகள் வந்து சோளம் முற்றுகிறதற்குள்ளே பிடுங்கித் தின்றுவிடமாட்டார்களா?"

"தம்பி! நானும் பார்த்தாலும் பார்த்தேன். உன்னைப் போன்ற கருமியைப் பார்த்ததில்லை. செம்பாவுக்கு நீதான் சரியான புருஷன். அவள் பெரிய ஊதாரி..."

"அதெல்லாம் உங்கள் வீட்டிலே; என்னிடத்துக்கு வந்தால் சரியாய்ப் போய்விடும். குடும்பப் பொறுப்பு வந்துவிடும் அல்ல?"

இச்சமயம் செம்பாவின் தம்பி தான் படித்துக் கொண்டிருந்த பாடத்தை நிறுத்திவிட்டு, "அப்பா! நம்ம அக்காளை அந்தப் போலீஸ்காரருக்கே கட்டிக்கொடுங்க! இந்த ஆளுக்குக் கொடுக்காதிங்க!" என்றான்.

"ஏண்டா அப்படிச் சொல்லுகிறாய்? நம்ம செங்கோடனுக்கு என்ன குறை வந்தது?"

"நேற்று அந்தப் போலீஸ்காரர் பெப்பர்மிண்ட் வாங்கிக் கொடுத்தார். அப்புறம் ஒருநாள் எங்களையெல்லாம் சினிமாவுக்கு அழைத்துக் கொண்டு போவதாகச் சொல்லியிருக்கிறார். இந்தக் கருமிக் கவுண்டர் என்னத்தைக் கொடுப்பார்?"

"தம்பி! நான் உனக்கு அன்றைக்குக் கொடுக்கவில்லை?" என்றான் பையன்.

"என்ன கொடுத்தீங்க? ஒன்றும் கொடுக்கவில்லை! சும்மாச் சொல்றீங்க" என்றான் பையன்.

"நினைச்சுப்பார், தம்பி! நீ அன்றைக்கு என் சோளக் கொல்லைக்கு வந்து சோளக் கொண்டையை ஒடித்தபோது நான் ஓடிவந்து உன் முதுகில் நாலு அடி கொடுக்கவில்லை? ஒன்றுமே கொடுக்கவில்லை என்கிறாயே?"

உள்ளேயிருந்து 'கலீர்' என்று சிரிக்கும் சத்தம் கேட்டது.

பெரிய கவுண்டரும் புன்னகை பூத்தார். "சரி; இப்போது என்ன சொல்கிறாய்?" என்றார்.

"என்ன சொல்கிறது? கலியாணத்துக்குத் தேதி வைக்க வேண்டியதுதான்!" என்றான் செங்கோடன்.

"அடுத்த தை மாதத்திலே வைத்துக் கொள்ளலாமே!"

"அவ்வளவு நாள் ஏன் தள்ளிப் போடணும்? இந்த மாதத்திலேயே வைத்துவிடுங்க! இனிமேல் தாமதிக்கிறது உசிதமில்லை!"

"அது என்ன, அவ்வளவு அவசரப்படுகிறாய்! அந்தப் போலீஸ்காரருக்கு வேறு நான் சமாதானம் சொல்லியாக வேண்டும்."

"அதைப்பற்றி நீங்கள் கவலைப்பட வேண்டாம். நான் தான் செம்பாவைக் கட்டிக்கொள்ளப் போகிறேன் என்று நேற்றே சொல்லி விட்டேன்."

"அப்படியென்றால், அடுத்த வாரத்திலே புதன்கிழமை ஒரு முகூர்த்தம் இருக்கிறது. கலியாணம் வைத்துக் கொள்ளலாமா?"

"அப்படியே வைத்துவிடுங்கள். இன்னும் சீக்கிரமாய் வைத்தாலும் சரிதான்!" என்றான் செங்கோடன்.

இந்தச் சமயத்தில் உள்ளேயிருந்து செம்பவளவல்லி அவசரமாக வந்தாள்.

"அப்பா! இவரிடம் ஒரு கேள்வி கேட்க வேணும். அதற்குச் சரியான பதில் சொன்னால்தான் கல்யாணம்!"

"கேட்டுக்கொள்! நன்றாய்ச் சந்தேகமற என்னென்ன கேட்க வேணுமோ எல்லாவற்றையும் இப்போதே கேட்டுக்கொள்! நீயும் இவனுந்தானே ஆயுள் முழுவதும் வாழ்க்கை நடத்தவேணும்?" என்றார் பெரிய கவுண்டர்.

"சினிமாக் கொட்டகையிலே ஒரு பெண்பிள்ளை இவரைக் கன்னத்திலே அடித்தது வாஸ்தவமா?" என்றாள்.

செங்கோடன் தலையைக் குனிந்துகொண்டு யோசித்தான்.

"ஏன் தலையைக் குனிந்து கொள்கிறாரு? என் கேள்விக்குப் பதில் சொல்லப்போகிறாரா, இல்லையா?"

செங்கோடன் தலை நிமிர்ந்து, "அது வாஸ்தவந்தான். அதற்கு என்ன செய்ய வேணும்?" என்றான்.

"இவர் ஆண்பிள்ளைதானே? கன்னத்தில் பெண்பிள்ளை அறைந்தால் இவர் ஏன் சும்மா வரவேணும்? திரும்பி நாலு அறை கொடுப்பதற்கென்ன?"

"பெண் பிள்ளையாயிருந்தபடியால்தான் சும்மா விட்டுவிட்டு வந்தேன். ஆண் பிள்ளையாயிருந்தால் அங்கேயே பொக்கையில் வைத்திருப்பேன்!"

"பெண் பிள்ளையாயிருந்தால் அதற்காகச் சும்மா விட்டு விடுவதா? அவள் இரண்டு அறை கொடுத்துவிட்டு வரவேணும். இல்லாவிட்டால்..."

"இல்லாவிட்டால்...?"

"இல்லாவிட்டால் நான் போய் அவள் கன்னத்தில் நாலு அறை கொடுத்துவிட்டு வருவேன். அதற்குப் பிறகுதான் கலியாணம்!" என்றாள் செம்பவளவல்லி.

அத்தியாயம் – 12

அன்று சாயங்காலம் செங்கோடன் சின்னமநாயக்கன் பட்டிக்குப் போனான். அங்கே எஸ்ராஜ், பங்காரு முதலியவர்கள் குடியிருந்த வீடு பூட்டிக் கிடந்தது.

பிறகு சினிமாக் கூடாரத்துக்குப் போனான். அவர்களைக் காணவில்லை.

"மானேஜர் எங்கே?" என்று கேட்டான். யாரோ ஒருவரைக் காட்டினார்கள். அவர் எஸ்ராஜும் அல்ல; பங்காருசாமியும் அல்ல. விசாரித்ததில் பழைய மானேஜர் 'டிஸ்மிஸ்' ஆகிப் புது மானேஜர் வந்துவிட்டார் என்று தெரியவந்தது!

பொய்மான் கரடுக்கு வந்தான். போலீஸ்காரன் நிற்கக் கண்டான்.

"அதுதான் சரி, தம்பி! கடிதத்தில் கண்டபடி வந்து விட்டாயே?" என்றான் போலீஸ்காரன்.

"வந்தேன். வந்து என்ன பிரயோஜனம்? ஆசாமிகளைக் காணோமே!"

"எந்த ஆசாமிகளைத் தேடுகிறாய்! உனக்குக் கடிதம் எழுதியவள் இந்தப் பொய்மான் கரடுக்குப் பின்புறம் காத்துக் கொண்டிருக்கிறாள்!..."

"ரொம்ப தூரம் பார்த்து வைத்திருக்கீங்களே? ஆனால், அந்த இரண்டு ஆண்பிள்ளைகளும் எங்கே?" என்று கேட்டுவிட்டு, சினிமாக் கூடாரத்தில் தான் விசாரித்துத் தெரிந்து கொண்டதைச் சொன்னான்.

"அந்த ஆட்களைத்தான் நானும் தேடிக் கொண்டிருக்கிறேன். டிமிக்கி கொடுத்துவிட்டார்கள் போலத் தோன்றுகிறது! அது போனால் போகட்டும். நீ

இந்த மலைக்குப் பின்னால் போய் அந்தப் பெண்ணின் கதையைக் கேள்!"

"ஆகட்டும்; நீங்களும் பக்கத்திலே எங்கேயாவது இருங்கள்!"

"பயமாயிருக்கிறதா, தம்பி!"

"பயம் ஒன்றுமில்லை; பக்கத்தில் சாட்சிக்கு யாராவது இருக்கட்டுமே என்று பார்க்கிறேன்!"

இப்படிச் சொல்லிவிட்டுச் செங்கோடன் பொய்மான் கரடுக்குப் பின்புறமாகப் போனான். அங்கே ஒரு தனியான இடத்தில் மொட்டைப்பாறை ஒன்றின் மீது குமாரி பங்கஜா உட்கார்ந்திருந்தாள். அசோகவனத்துச் சீதையைப் போலவும் காட்டில் தனியாக விடப்பட்ட தமயந்தி போலவும் அவள் சோகமே உருவம் எடுத்தவளாய்த் தோன்றினாள்.

"இது என்ன? இங்கே தனியாக வந்து எதற்காக உட்கார்ந்திருக்கிறாய்? உன்னைப் பார்த்தால், லோகிதாசனை பறிகொடுத்த சந்திரமதி மாதிரி இருக்கிறதே?" என்றான் செங்கோடன்.

அப்போதுதான் செங்கோடன் வந்ததைத் தெரிந்து கொண்டவள்போல் குமாரி பங்கஜா அவனை ஏறிட்டுப் பார்த்தாள். பிறகு சேலைத் தலைப்பினால் முகத்தை மூடிக்கொண்டு விசித்து விசித்து அழுதாள்.

செங்கோடன் பக்கத்தில் வந்து உட்கார்ந்துகொண்டு அவளைச் சமாதனப்படுத்த முயன்றான். பாவம்! அந்தப் பட்டிக்காட்டுக் குடியானவனுக்குச் சோகத்தில் ஆழ்ந்த கதாநாயகியை எப்படிச் சமாதானப்படுத்துவது என்பது என்னமாய்த் தெரியும்? தெரியாமல் சிறிது நேரம் திகைத்து நின்றான். பிறகு, இப்பேர்ப்பட்ட நிலைமையில் என்ன செய்ய வேண்டும் என்று செம்பா சொல்லிக் கொடுத்தது ஞாபகத்துக்கு வந்தது.

அந்தப்படி செய்வதற்கு எண்ணி அந்தப் பெண்ணின் மேவாய்க் கட்டையைத் தொட்டான்.

உடனே குமாரி பங்கஜா இரண்டாவது தடவையாகப் 'பளீர்' என்று செங்கோடன் கன்னத்தில் அறைந்தாள். பாவம்! செங்கோடன் கன்னத்தைத் தடவிக்கொடுத்துக் கொண்டான்.

சற்றுப் பொறுத்து, "சரி, அப்படி என்றால் நான் போகட்டுமா? ஏதோ ஆபத்து என்று கடுதாசி எழுதினாயே என்று வந்தேன்!" என்று எழுந்திருக்க முயன்றான்.

உடனே குமாரி பங்கஜா அவனுடைய கைகளைக் கெட்டியாய்ப் பிடித்துக் கொண்டாள். "என்னை நீயும் கைவிட்டுவிட்டால் நான் இந்தப் பாறையிலிருந்து விழுந்து சாக வேண்டியதுதான்!" என்று சொல்லிவிட்டு அவனுடைய தோளில் முகத்தை வைத்துக்கொண்டு விம்மினாள்.

செங்கோடன் கஷ்டப்பட்டுத் தன்னுடைய கைகளையும் தோளையும் விடுவித்துக் கொண்டான். அந்தப் பெண் பூசிக் கொண்டிருந்த 'ஸெண்டு' அவனுடைய மூக்கைத் துளைத்துத் தலைவலியை உண்டு பண்ணிற்று!

"அப்படியானால், உனக்கு என்ன கஷ்டம் என்று சொல்! என்னால் முடிந்த உதவி செய்கிறேன். அந்த இரண்டு ஆண் பிள்ளைகளும் எங்கே?" என்று கேட்டான்.

"அவர்கள் பேச்சையே எடுக்காதே! துரோகிகள்! பாதகர்கள்! சண்டாளர்கள்! என்னை ஆசைகாட்டி அழைத்துக்கொண்டு வந்து என் நகைகளையெல்லாம் பிடுங்கிக்கொண்டு பணத்தையும் பறித்துக்கொண்டு..."

"ஐயோ! இது என்ன அநியாயம்! உன் சொந்தத் தமையனோ அப்படிச் செய்துவிட்டான்?"

"உன்னிடம் நிஜத்தைச் சொல்வதற்கென்ன! அவன் என்னுடைய தமையன் அல்ல; அவன் எனக்கு எந்தவித உறவும் இல்லை."

"இன்னொருவன் உன்னைக் கலியாணம் செய்து கொள்ளப் போகிறேன் என்றானே?"

"அதுவும் பொய்!"

"பின் ஏன் அவர்களுடன் வந்தாய்?"

"என்னை சினிமாவில் சேர்த்துவிடுகிறேன் என்று ஆசைகாட்டி அழைத்துக்கொண்டு வந்தார்கள், பாவிகள்! அவர்கள் நாசமாய்ப் போகவேணும்!"

"வீணாக அலட்டி என்ன பிரயோஜனம்? அவர்கள் இப்போது எங்கே சொல்? செம்மையாகத் தீட்டிவிடுகிறேன். ஒரு பெண் பிள்ளையை இப்படியா மோசம் செய்வது? அவர்கள் இப்போது எங்கே?" என்று மறுபடியும் கேட்டான்.

"யாருக்குத் தெரியும்? இத்தனை நேரம் ரெயில் ஏறி இருப்பார்கள்! கையிலே ரெயில் சார்ஜுக்குக்கூடப் பணம் இல்லாமல் என்னை விட்டுவிட்டுப் போய்விட்டார்கள். நீதான் என்னைக் காப்பாற்ற வேணும். உன்னைத் தான் நம்பி இருக்கிறேன்."

"எதற்காக இப்படி உன்னை விட்டுவிட்டு அவர்கள் போனார்கள்? ஏதாவது சண்டை வந்துவிட்டதா என்ன?"

"அதையும் சொல்லிவிடுகிறேன். உன்னை ஏமாற்றி உன்னிடம் இருக்கும் பணத்தைப் பறிக்கவேண்டும் என்று அவர்கள் சொன்னார்கள். நான் கூடாது என்றேன். அதனால்..."

"என்னிடம் இருக்கும் பணமா? என்னிடம் பணம் ஏது?"

"நீ பணம் சேர்த்துப் புதைத்து வைத்திருக்கிறாய் என்று யாரோ சொல்லிவிட்டார்கள். நீ கூடக் கஞ்சா மயக்கத்திலே இரண்டொரு தடவை சொல்லிவிட்டாய்...!"

செங்கோடன் ஏதோ மறந்துபோன விஷயத்தை ஞாபகப்படுத்திக் கொள்ளப் பார்த்தான் அல்லவா? அது இப்போது பளிச்சென்று ஞாபகம் வந்துவிட்டது. கஞ்சா மயக்கத்தில் அந்தத் திருட்டுப் பயல்களிடம் சொல்லக் கூடாத இரகசியத்தைச் சொல்லிவிட்டதாக நினைவு வந்தது. உடனே செங்கோடன் அளவில்லாத பரபரப்பு அடைந்து எழுந்து நின்றான்.

"எங்கே போகிறாய்?" என்று சொல்லி அவன் கையைப் பற்றிக் குமாரி பங்கஜா இழுத்து உட்காரவைக்க முயன்றாள்.

"வெறுமனே இங்கே உட்கார்ந்திருந்து என்ன லாபம்? அந்தத் திருட்டுப் பயல்களை உடனே கண்டுபிடிக்க வேண்டாமா? இந்தக் காட்டுக்கு அந்தப் புறத்தில் போலீஸ்காரர் இருக்கிறார். வா, போய்ச் சொல்லலாம்!"

"ஐயோ! போலீஸ்காரா? எனக்குப் பயமாயிருக்கிறதே!"

"பயம் என்ன? நீ நேற்று அவரிடந்தானே எனக்குக் கடுதாசி கொடுத்து அனுப்பினாய்?"

"ஆமாம்; வேறு யாரும் இல்லாதபடியால் அவரிடம் கொடுத்து அனுப்பினேன். கடிதத்தில் எழுதியிருந்த விஷயம் அவருக்குத் தெரிந்து போச்சோ?"

"தெரியாமல் எப்படி இருக்கும்? அவர்தான் கடிதத்தைப் படித்தார்!"

"ஐயையோ! அதனாலேதான் அவர் இங்கே வட்டமிடுகிறார் போல் இருக்கிறது! கவுண்டரே! எனக்குப் பயமாய் இருக்கிறது. அந்தப் போலீஸ்காரப்பாவி என்மேல் மோகம் கொண்டிருக்கிறான்!"

"அப்படியிருந்தால், அவனையும் ஒரு கை பார்த்துவிடுகிறேன். வா, போகலாம்!" என்று சொல்லிச் செங்கோடன் மளமளவென்று

மலைமீது தாவி ஏறினான். குமாரி பங்கஜாவும் மூச்சு வாங்க, அவனைத் தொடர்ந்து ஏறினாள்.

இருவரும் பொய்மான் கரடின் உச்சியை அடைந்தார்கள்.

நிலவின் வெளிச்சம் குமாரி பங்கஜாவின் முகத்தில் விழுந்தது. செங்கோடன் அசப்பில் அவள் முகத்தைப் பார்த்தான். அவனுடைய சந்தேகம் உறுதிப்பட்டது. அவள் அழவும் இல்லை, கண்ணீர் விடவும் இல்லை! அவ்வளவும் பாசாங்கு! வேஷம்! நடிப்பு!

செங்கோடன் அந்தப் பாறையின் உச்சியிலிருந்து சாலையைப் பார்த்தான். சாலையில் ஜன நடமாட்டமே இல்லை. போலீஸ்காரரையும் காணவில்லை. எங்கே போயிருப்பார்! அடடா! சாட்சி இல்லாமல் போய்விட்டதே!

செங்கோடனுடைய பார்வை மேலும் கிழக்கு நோக்கிச் சென்றது. அவனுடைய கேணியும் குடிசையும் இருந்த இடத்துக்குச் சென்று நின்றது. ஆகா! அது என்ன? அவனுடைய குடிசைக்குள்ளே என்ன வெளிச்சம்? எப்படி வந்தது? யாராவது...!

உடனே அவன் ஒரு நிச்சயத்துக்கு வந்தான். "இதோ பார்! என்னுடைய குடிசையில் ஏதோ வெளிச்சமாய் இருக்கிறது. நெருப்புப் பிடித்துக் கொண்டதுபோல் தோன்றுகிறது. நான் உடனே போய்ப் பார்க்கவேணும். நாளைக்கு மறுபடி வருகிறேன். மற்ற விஷயங்கள்..." என்று அவன் சொல்வதற்குள் குமாரி பங்கஜா, "ஐயோ! என்னை நீயும் விட்டுவிட்டுப் போய்விட்டால் என் கதி என்ன?" என்று கூச்சலிட்டு, அவனுடைய சட்டைத் துணியைக் கெட்டியாகப் பிடித்துக் கொண்டாள்.

செங்கோடன் கையை ஓங்கினான்! 'பளீர் பளீர்' என்று அவளுடைய ஒரு கன்னத்தில் இரண்டு அறை அறைந்தான். 'சுளீர் சுளீர்' என்று இன்னொரு கன்னத்தில் இன்னும் இரண்டு அறை கொடுத்தான்!

"இதோ பார்; நான் போவதைத் தடுத்தாயோ, உன்னை நானே இந்தப் பாறையிலிருந்து தள்ளிக் கொன்றுவிடுவேன்!" என்றான்.

குமாரி பங்கஜா விம்மிக்கொண்டே, "உன்னை நான் தடுக்க வில்லை. ஆனால், நீ என்னைக் கொன்றாலும் சரி, உன்னோடு நானும் வருவேன். எனக்கு வேறு நாதியில்லை!" என்றாள்.

செங்கோடன் முன்னால் விரைந்தோட, குமாரி பங்கஜாவும் இரைக்க இரைக்க அவனோடு ஓடினாள்.

அத்தியாயம் – 13

செங்கோடனிடம் குமாரி பங்கஜா தன்னுடைய சோகக் கதையைச் சொல்ல ஆரம்பித்த அதே சமயத்தில் செம்பவளவல்லியின் தாயிடம் அவளுடைய தந்தை சொன்னார்: "எனக்கென்னமோ நம்பிக்கை இல்லை, இந்தக் கலியாணம் நடக்கும் என்று. இன்று காலையில் இங்கே செங்கோடன் அப்படியெல்லாம் சக்கரவட்டமாகப் பேசினானே, சாயங்காலம் அவன் பொய்மான் கரடுக்குச் சமீபமாகப் போய்க்கொண்டிருப்பதைப் பார்த்தேன்!" என்றார்.

"இது என்ன அபசகுனப் பேச்சு? அந்தப் பிள்ளை ஏதாவது மண்ணெண்ணெய், நெருப்புப் பெட்டி வாங்கக் கடைக்குப் போயிருப்பான். அதற்காகக் 'கலியாணம் நடக்காது' என்று ஏன் சொல்ல வேண்டும்?" என்று கேட்டாள் செம்பாவின் தாயார்.

"என்னமோ 'கோல்மால்' நடந்து கொண்டிருக்கிறது! இவன் அங்கே போவதை அந்தப் பட்டணத்துக் காலிகள் ஒரு மரத்தின் பின்னாலிருந்து பார்த்துக் கொண்டிருந்தார்கள். செங்கோடனைச் சுட்டிக்காட்டி ஏதோ பேசிக் கொண்டார்கள். அந்தப் போலீஸ்காரர் வேறே அங்கு வளைய வளைய வந்து கொண்டிருக்கிறார். அவர்களுடன் வசிக்கும் பெண்பிள்ளை பாறைக்குப் பின்னால் ஒளிந்து கொண்டிருக்கிறாள். எனக்கு என்னமோ சந்தேகமாயிருக்கிறது. செங்கோடன் பெருஞ் சங்கடத்தில் மாட்டிக் கொள்ளப் போகிறான்!" என்றார் கவுண்டர்.

"செங்கோடன் எதற்காகச் சங்கடத்தில் மாட்டிக் கொள்கிறான்? அந்தப் பட்டணத்து மனுஷர்களுக்கும் இவனுக்கும் என்ன வந்தது?" என்று கவுண்டரின் மனைவி கேட்டாள்.

"போலீஸ்காரர் என்னிடம் சொன்னதைச் சொல்கிறேன்; நீ வேறு யாரிடமும் சொல்லி வைக்காதே! இந்த ஜில்லாவில் ஐம்பது அறுபது வருஷத்துக்கு முன்னால் கூழைக்காலன் என்று ஒரு பக்காத் திருடன் இருந்தான். கேள்விப்பட்டிருக்கிறாயா...?"

"கேள்விப்படாமல் என்ன? நான் செம்பாவைவிடச் சிறு பெண்ணாயிருந்தபோது கூழைக்காலனைப் பற்றிக் கதை கதையாய்ச் சொல்லுவார்கள். அவன் ஒருதடவை ராசிபுரத்திற்கு வந்து..."

"சரி, நிறுத்து! உன் கதையை இப்போது எடுத்து விடாதே! அந்தக் கூழைக்காலன் கொள்ளையடித்த பணத்தை எங்கேயோ ஓர் இடத்தில் புதைத்து வைத்திருந்தானாம். அது இந்தப் பட்டணத்து ஆட்களிடம் எப்படியோ அகப்பட்டுவிட்டதாம். கிடைத்த புதையலைச் சர்க்கார் கண்ணில் காட்டாமல் ஒளித்து வைக்க முயற்சி செய்து வருகிறார்களாம். அதற்கு நம் செங்கோடனும் உடந்தையாய் இருக்கிறானாம். எல்லாரும் ஒரு நாள் ஜெயிலுக்குப் போகப் போகிறார்கள் என்று சொல்கிறார் போலீஸ்காரர்!"

"வெறும் கதையாக அல்லவா இருக்கிறது? கூழைக்காலன் பணத்தைப் புதைத்து வைத்திருந்தால் அது நம் கையிலேயெல்லாம் அகப்படாமல் நேற்றைக்கு வந்த இவர்களிடம் அகப்பட்டுவிடுமா? அப்படி அகப்பட்டாலும் அவர்கள் போயும் போயும் செங்கோடனைத் தானா தேடிப் பிடிக்க வேண்டும்? அவன் தான் அப்படிப்பட்ட காரியங்களில் தலையிடுவானா? அப்படி ஏதாவது இருந்தாலும், 'இதிலெல்லாம் நீ சிக்கிக் கொள்ளாதே!' என்று செங்கோடனுக்கு நீங்கள் புத்தி சொல்ல வேண்டாமா? உலகந் தெரியாத பிள்ளையை இப்படி விட்டு வேடிக்கை பார்ப்பார்களா?" என்றாள் செம்பாவின் தாயார்.

"செங்கோடனுக்கு எச்சரிக்கை செய்யலாம் என்று தான் நானும் பார்த்தேன். ஆனால், அந்தப் போலீஸ்காரர் உண்மையைக் கண்டுபிடிக்கும் வரையில் பொறுத்திருக்கச் சொல்கிறார்..."

"என்னத்திற்கு பொறுத்திருக்கிறது? அந்தப் பிள்ளையையும் சேர்த்து ஜெயிலுக்கு அனுப்புவதற்கா? போலீஸ்காரர் சொல்லுவது நன்றாயிருக்கிறதே! அடுத்த வீட்டுப் பிள்ளையைக் கேணியில் போட்டு ஆழம் பார்க்கிற கதையாய் இருக்கிறதே!"

"செங்கோடனை எப்படியாவது தப்பித்து விடுகிறதாகச் சத்தியம் செய்து கொடுத்திருக்கிறார்."

"அதையெல்லாம் நீங்கள் நம்பாதீங்க! நாளைக்கே அந்தப் பிள்ளையைக் கூப்பிட்டுச் சொல்லிவிட்டு மறுகாரியம் பாருங்கள்!"

மேற்படி சம்பாஷணையைச் செம்பா ஒட்டுக் கேட்டுக் கொண்டிருந்தாள். செங்கோடனைப் பற்றி தன் பெற்றோர்கள் பேசுவதை அவள் எப்படி ஒட்டுக் கேட்காமல் இருக்க முடியும்? அதுவரையில் உற்சாகமாக இருந்தவளுடைய மனத்தில் இப்போது கவலையும் பயமும் தோன்றின. மறுநாள் வரையில் காத்திருக்க அவள் விரும்பவில்லை. உடனே அவனிடம் சொல்லியாக வேண்டும்! மேலும் முதல் நாள் சாயங்காலம் வைக்கோல் கட்டின் மேல் உட்கார்ந்து சல்லாபம் செய்ததெல்லாம் அவளுடைய ஞாபகத்தில் பதிந்திருந்தது. அந்த நினைவும் அவளுடைய ஆர்வத்தை அதிகப்படுத்தியது.

தாயும் தகப்பனும் கவனியாத சமயத்தில் வீட்டை விட்டுக் கிளம்பிச் செங்கோடனுடைய கேணியை நோக்கிப் புறப்பட்டாள். போகும்போது யோசித்துக் கொண்டே சென்றாள். அப்பா சென்ன விஷயம் சரியாயிருக்கும் என்றே அவளுக்குத் தோன்றவில்லை. அந்தப் போலீஸ்காரர் அப்பாவை நன்றாய் ஏமாற்றியிருக்கிறார். செங்கோடனை ஜெயிலுக்கு அனுப்பிவிட்டுத் தன்னைக் கலியாணம் செய்து கொள்ள எண்ணுகிறார்! ஓகோ! சிவப்புத் தலைப்பாக்காரரே! அப்படியா உம் உத்தேசம்? செம்பாவிடம் அதெல்லாம் நடக்குமா? ஒரு நாளும் இல்லை! செம்பா செத்தாலும் சாவாளே தவிர, செங்கோடனையன்றி வேறு யாரையும் கலியாணம் செய்துகொள்ள மாட்டாள்!

ஒரு வேளை இப்படியும் இருக்கலாம்; அந்தப் பட்டணத்து ஆட்களும் அந்த வெட்கங்கெட்ட சூர்ப்பனகையும் அந்தப் போலீஸ்காரரும் - எல்லாரும் ஒரு கட்சியாயிருக்கலாம்! கூழைக்காலன் புதையலாவது, மண்ணாங்கட்டியாவது! - எல்லாருமாகச் சேர்ந்துகொண்டு செங்கோடன் கஷ்டப்பட்டுச் சேர்த்து வைத்திருக்கும் பணத்தைப் பறிக்கப் பார்க்கிறார்கள்! அதற்காகத்தான் ஏதோ பெரிய சூழ்ச்சி செய்கிறார்கள்!... பெண்ணே! செம்பா! உன்னுடைய சமர்த்தை நீ காட்ட வேண்டும். பணம் போய்விட்டால் செங்கோடனுக்குப் பிராணன் போய்விடும் அல்லது பைத்தியமே பிடித்தாலும் பிடித்துவிடும். பணத்தை நீ காப்பாற்றிக் கொடுத்தால் செங்கோடன் எவ்வளவோ சந்தோஷப்படுவான். என்றைக்கும் உன் அடிமையாயிருப்பான்! ஆகையால், செங்கோடனுடைய பணத்தைக் காப்பாற்றிக் கொடுப்பது உன்னுடைய பொறுப்பு! குடும்ப வாழ்க்கையில் நீ சந்தோஷமாய் இருப்பதெல்லாம் இது விஷயத்தில் நீ செய்வதைப் பொறுத்திருக்கிறது!

செம்பாவுக்குச் சாதாரணமாகப் பயம் என்பதே கிடையாது. "பேயும் பிசாசும் என்னை என்ன செய்யும்! என்கிட்டப் பிசாசு வந்தால் கன்னத்தில் நாலு அறை அறைந்து அனுப்ப மாட்டேனா!" என்பாள். இருட்டு நேரங்களில் சிறிதும் பயமின்றி எங்கும் போவாள். ஆனால், இன்றைக்கு என்னவோ, அவளுடைய உள்ளத்தில் அடிக்கடி பயம் புகுந்து வேதனை செய்தது. இருட்டைக் கண்டே பயமாயிருந்தது. 'இருட்டில் திடீரென்று யாராவது திருடன் எதிர்ப்பட்டாலோ...' என்று எண்ணியபோது நெஞ்சு படபடவென்று அடித்துக்கொண்டது. கால்கள் தடுமாறின. வயற்காட்டில் அங்கங்கே தெரிந்த சிறிய மொட்டைப் பாறைகளுக்குப் பின்னால் திருடர்கள் ஒளிந்திருப்பார்கள் என்று தோன்றியது. கூழைக்காலன், செவிட்டுக்காதன், நொண்டிக்கையன், குருட்டுக்கண்ணன் முதலிய பயங்கரமான கொள்ளைக்காரர்கள் அவளைச் சுற்றிலும் சூழ்ந்து கொண்டதாகப் பிரமை உண்டாகி அடிவயிற்றில் திகில் ஏற்பட்டது. தொண்டை வறண்டது. நா உலர்ந்தது. ஆனால், அவளுடைய நடையின் வேகம் மட்டும் குறையவில்லை. 'செம்பா! நீ இப்படி மெள்ள நடந்து கொண்டிருக்கையில் செங்கோடனுக்கு என்ன ஆபத்தோ! அல்லது அவனுடைய பணத்துக்குத் தான் என்ன ஆபத்தோ?... சின்னானுக்குக் கூடக் காய்ச்சல்; ஒரு வாரமாய் வேலைக்கு வருவதில்லை. ஆகையால், இவன் எங்கேயாவது போய்விட்டால் குடிசைக்குக் காவல் கிடையாது! ஆண் பிள்ளைகளின் அசட்டுத்தனத்தை என்னவென்று சொல்லுவது? நாலு வருஷம் கஷ்டப்பட்டுச் சேர்த்த பணத்தைத் தரையில் தோண்டி வைத்துவிட்டுச் சாயங்கால நேரங்களில் வெளியிலே போகலாமா? இந்தக் காலத்திலும் கூழைக்காலனைப் போன்ற திருடர்கள் இல்லாமலா போகிறார்கள்? ஒருவேளை இதே நிமிஷத்தில் - எந்தத் திருடனாவது தரையை தோண்டிப் புதைத்து வைத்திருந்த பணத்தை எடுத்துக் கொண்டிருக்கலாம்!...' இந்த எண்ணம் செம்பாவின் கால்களுக்கு அதிகமான துரிதத்தைக் கொடுத்தது.

குடிசைக்கு கிட்டத்தட்ட அருகில் வந்தபோது நாய் குரைக்கும் சத்தம் கேட்டுத் திடுக்கிட்டு நின்றாள். குரைப்புச் சத்தம் இரண்டு தடவைதான் கேட்டது. அதற்குப் பிறகு, அம்மம்மா! அந்தப் பயங்கரத்தை என்னவென்று சொல்வது? குரைத்த நாயின் நீண்ட ஊளைக்குரல் கேட்டது. அந்தச் சகிக்க முடியாத தீனமான சோகக்குரல் கொஞ்சம் கொஞ்சமாக மௌனமாகிக் கடைசியில் மறைந்தது. நாய் ஊளையிடும் சத்தம் கிராமங்களில் அடிக்கடி கேட்கக் கூடியதுதான். ஆயினும் இப்போது கேட்ட ஊளைச்சத்தம் செம்பாவைக் கலக்கிவிட்டது. ஆடிக் காற்றில் சோளப்பயிர்

ஆடுவதுபோல் அவளுடைய உடம்பு ஆடிற்று; கைகளும் கால்களும் நடுநடுங்கின. நாய் ஊளையிடுவது சாவுக்கு அடையாளம் என்று சொல்லக் கேட்டிருந்தாள். யாராவது மனித உயிரைக் கொண்டு போக யமராஜன் வரும்போது, நாயின் கண்களுக்கு அவனுடைய தோற்றம் புலப்பட்டுவிடுமாம்! அதனால், நாய் ஊளையிடுமாம்!... இந்தப் பேச்சு உண்மையா? அப்படியென்றால், இப்போது ஏதேனும் சாவு ஏற்படப் போகிறதா? ஐயோ! யமன் யாருக்காக வருகிறானோ தெரியவில்லையே? இங்கே யார் இருக்கிறார்கள்? ஒருவரையும் காணோமே? குடிசை நிச்சப்தமாய் இருக்கிறதே! நேற்று இங்கு வந்தபோது வைக்கோற் கட்டின் மேல் செங்கோடன் உற்சாகமாக உட்கார்ந்து தெம்மாங்கு பாடினானே?... அந்த இடம் இப்போது காலியாய், வெறிச்சென்று இருக்கிறதே!... சுவாமி! முருகக் கடவுளே! காளியம்மா! தெய்வங்களே! ஒன்றும் நேராமல் காப்பாற்றுங்கள். செங்கோடனைக் காப்பாற்றுங்கள். என்னைக் காப்பாற்றுங்கள், எல்லாரையும் காப்பாற்றுங்கள்!...

அது என்ன? சரசரவென்று கேட்கும் சத்தம் என்ன? அதோ பேச்சுக்குரல் கேட்கிறதே! சோளக் கொல்லையில் புகுந்து யாரோ இரண்டு பேர் வருகிறார்களே!... இல்லை; வருகிறது செங்கோடன் இல்லை! அப்பா சொன்ன பட்டணத்து ஆசாமிகள்! எதற்காக இங்கே வருகிறார்கள்? ஒருவன் தலைமீது ஏதோ சுமந்து வருகிறானே, அது என்ன? இன்னொருவனும் கையில் ஏதோ பெட்டி மாதிரி எடுத்துக்கொண்டு வருகிறான்!... ஒருவேளை அப்பாவிடம் போலீஸ்காரர் சொன்னது உண்மைதானோ? கூழைக்காலன் புதையலை ஒளித்து வைக்க வருகிறார்களோ?... செங்கோடனை மாட்டிவைத்து ஜெயிலுக்கு அனுப்ப ஏற்பாடு செய்கிறார்களோ?... செங்கோடன் எங்கே? ஏன் இன்னும் வரவில்லை? இருட்டில் இத்தனை நேரம் வேறிடத்தில் என்ன வேலை? இவர்கள் ஏதோ சூழ்ச்சி செய்து செங்கோடனை ஏமாற்றிவிட்டு வந்திருக்கிறார்கள் போல் இருக்கிறது!

நாய் குரைத்ததே!... அது எந்த நாய்?... அது ஏன் அப்படி ஊளையிட்டது?... அப்புறம் அதன் குரலைக் காணோமே, ஏன்? செத்துப் போய்விட்டதோ? ஒருவேளை இவர்கள்தான் கொன்று விட்டார்களோ?

இதோ கேணி அருகில் வந்துவிட்டார்கள்! அவர்கள் கண்ணில் படக்கூடாது. இந்தச் சோளத் தட்டைக் குவியலுக்குப் பின்னால் ஒளிந்து கொள்ளலாம். ஒளிந்து கொண்டு இவர்கள் என்ன செய்கிறார்களோ, பார்க்கலாம்! தனியாக ஏன் வந்தேன்?

அப்பாவையாவது தம்பியையாவது அழைத்து வராமற் போனேனே? இந்த மாதிரி ஏதோ நடக்கப் போகிறது என்று யாருக்குத் தெரியும்? கூப்பிட்டாலுங்கூட அவர்கள் வந்திருக்கமாட்டார்கள். நான் வருவதைக்கூடத் தடுத்து நிறுத்தியிருப்பார்கள்.

ஆ! அது என்ன 'பொத்' என்ற சத்தம்! அப்புறம் சலசலப்புச் சத்தம்! கிணற்றில் பெரிய கல்லைத் தூக்கிப் போட்டதுபோல்!... அந்த மனுஷன் கேணிக் கரையில் நின்று குனிந்து பார்க்கிறான்! அவன் தலையில் தூக்கிக் கொண்டு வந்ததைக் கேணிக்குள்ளே போட்டிருக்க வேண்டும்! அதனால்தான் அந்தச் சத்தம் கேட்டிருக்கிறது! கேணியில் என்னத்தைப் போட்டான்? ரொம்ப கனமான சாமானாக இருக்க வேண்டும்! அதனாலேயே அவ்வளவு சத்தம் கேட்டது! என்ன சாமானைப் போட்டிருப்பான்?... செம்பாவின் உடம்பெல்லாம் சிலிர்த்தது! சொல்ல முடியாத பயங்கரம் அவளைப் பீடித்தது! ஆளைக் கொலை செய்து சாக்கில் போட்டுக் கட்டிக் கிணற்றில் போட்ட ஒரு பயங்கர சம்பவத்தைப் பற்றி அவள் சமீபத்தில் கேள்விப்பட்டிருந்தாள்! ஒருவேளை அப்படியிருக்குமோ? யாரை அப்படிக் கொன்று சாக்கில் கட்டிக்கொண்டு வந்திருப்பார்கள்! ஐயோ! ஒருவேளை செங்கோடனை!... செம்பாவைச் சுண்ணாம்புக் காளவாயில் போட்டு எரித்ததுபோல இருந்தது.

அவர்கள் ஏதோ பேசுகிறார்கள். ஒருவன் சொல்கிறான்: "என்னடா, கேணிக்குள்ளே பார்த்துக்கொண்டு நிற்கிறாய்? தண்ணீரில் மிதக்கும் என்று பயமா? சீ! சீக்கிரம் வா! அந்தப் பைத்தியக்காரச் செங்கோடக் கவுண்டன் திடீரென்று எதையாவது நினைத்துக்கொண்டு ஓடி வந்து தொலைப்பான்! அதற்குள் காரியத்தை முடிக்க வேண்டும்!"

அதற்குள் இன்னொருவன், "வந்தால் வரட்டும்; செங்கோடன் தான் வரட்டும். அவன் பாட்டன் வேணுமானாலும் வரட்டும்!" என்று சொல்கிறான்.

ஆகையால், செங்கோடனுடைய உயிரைப் பற்றிக் கவலையில்லை. அவனை எங்கேயோ நிறுத்தி வைத்துவிட்டு இவர்கள் வந்திருக்கிறார்கள். எதற்காக? கிணற்றில் என்ன போட்டார்கள்? இன்னும் என்ன செய்யப் போகிறார்கள்?

இதோ குடிசையை நோக்கி வருகிறார்கள். ஒருவனுடைய கையில் ஏதோ பெரிய மூட்டையைப்போல் இருக்கிறது. அவர்களுடைய கண்ணில் நான் படக்கூடாது!... சோளத்தட்டை குவியலுக்கு அடியில் செம்பா நன்றாக ஒளிந்து மறைந்து

கொண்டாள். அவளுடைய காதுகள் மட்டும் வெகு கூர்மையாகக் கவனித்துக் கேட்டுக்கொண்டிருந்தன. ஊசிவிழும் சத்தங்கூட அவளுக்குக் கேட்டிருக்கும். குடிசையின் கதவைப் பலாத்காரமாகத் திறக்கும் சத்தம் கேட்காது போகுமா?

வந்த மனிதர்கள் பூட்டோடு நாதாங்கியைக் கழற்றிவிட்டுக் கதவைத் திறந்து உள்ளே போனார்கள். பிறகு செம்பாவும் எழுந்து நின்று குடிசைப் பக்கம் கவனித்துப் பார்க்கத் தொடங்கினாள். அவள் நின்ற இடத்துக்கு நேரே, குடிசைச் சுவரில் காற்றோட்டத்துக்காக வைத்திருந்த துவாரப் பலகணி இருந்தது. ஆகையால், உள்ளே நடப்பதையெல்லாம் அங்கிருந்தே பார்க்கலாம்.

இரண்டு மனிதர்களும் உள்ளே போனார்கள். ஏதோ பேசிக் கொண்டார்கள். இருட்டில் அவர்கள் தடுமாறும் சத்தம் கேட்டது. பிறகு தீக்குச்சி கிழிக்கும் சத்தமும் கேட்டது. சற்று நேரத்துக்கெல்லாம் விளக்கு வெளிச்சம் தெரிந்தது. இன்னும் சிறிது நேரத்துக்கெல்லாம் ஒரே பிரகாசமாய்த் தெரிந்தது. குடிசைக்குள்ளே தீப்பிடித்துப் பற்றி எரிவதுபோலத் தோன்றியது. செம்பா திகிலினால் வாயடைத்துப் போயிராவிட்டால், 'ஐயோ!' என்று அலறியிருப்பாள். அச்சமயம் பயத்தினால் அவளுடைய வாய் அடைத்துப் போயிருந்ததும் கால் செயலற்றுப் போயிருந்ததும் நல்லதாய்ப் போயிற்று. ஏனெனில், சிறிது நேரத்துக்கெல்லாம் குடிசைக்குள் நெருப்பின் பிரகாசம் மெதுவாகக் குறையத் தொடங்கியது.

"மடையா! இப்படி ஒரே அடியாகக் கொளுத்துகிறாயே! வெளியே தெரியுமே! கொஞ்சம் கொஞ்சமாகக் கொளுத்து! எல்லாவற்றையும் கொளுத்திவிடாமல் பாக்கி கொஞ்சம் வைத்திரு! கவுண்டனுடைய புதையல் உண்மையாயிருந்தால் அதற்குப் பதிலாக நம்முடைய சரக்கில் கொஞ்சம் வைத்துவிட்டுப் போகலாம்!" என்றான் ஒருவன். "அதெல்லாம் என்னத்துக்கு அப்பா, வீண்வம்பு? நம் காரியம் ஆனதும் ஒரேயடியாய்க் குடிசைக்கு நெருப்பு வைத்துவிட்டுப் போகலாம்" என்றான் மற்றவன். 'அட சண்டாளப் பாவிகளா! இப்படியா மனதில் நினைத்துக் கொண்டிருக்கிறீர்கள்? நான் ஒருத்தி இருக்கிறேன்! குடிசையில் நீங்கள் நெருப்பு வைப்பதற்கு முன்னால் உங்களை...'

'என்ன செய்ய முடியும்? அவர்களை என்ன செய்ய முடியும்? தன்னந்தனியாக ஒரு பெண் இரண்டு ஆண் பிள்ளைகளை, கொலைக்காரப் பாவிகளை என்ன செய்ய முடியும்?... ஏன் முடியாது? ஏதாவது செய்துதான் ஆக வேண்டும்! ஒரு பெரிய கல்லைத் தூக்கி

அவர்கள் தலையில் போட்டல் என்ன? எப்படி போடுகிறது? எங்கிருந்து போடுகிறது? கல் எங்கே இருக்கிறது? அவர்கள் பார்த்துவிட்டால்... செங்கோடனிடம் ஜம்பமாக அன்று கத்தியை எடுத்துக் காட்டினோமே! அது இப்போது கையில் இல்லாமல் போய்விட்டதே?... இருந்தால் தான் என்ன? இரண்டு ஆண் பிள்ளைகளை எதிர்த்து... சீச்சீ! அவர்கள் ஆண் பிள்ளைகளா? திருடர்கள்! பெண்பிள்ளைகளைவிடக் கேடானவர்கள்!

குடிசைக்குள்ளே இப்போது சிறிய விளக்கின் ஒளி மட்டுமே தெரிந்தது. ஆனால், 'தங்' 'தங்' என்ற சத்தம் கேட்கத் தொடங்கியது. அது என்ன சத்தம்? தரையை இடித்துத் தோண்டும் சத்தம்! எதற்காகத் தரையைத் தோண்டுகிறார்கள்? செங்கோடனுடைய பணத்தைக் கொள்ளையிடுவதற்குத்தான்! எங்கே புதைத்து வைத்திருக்கிறான் என்று இவர்களுக்குத் தெரியுமா? எனக்கே தெரியாதே! இவர்களுக்கு எப்படித் தெரிந்தது? கண்ட கண்ட இடத்தில் தோண்டிப் பார்க்கிறார்களா? அல்லது ஏமாற்றித் தெரிந்து கொண்டார்களா?... ஐயையோ! நாலு வருஷம் உழைத்துப் பாடுபட்டுச் சேர்த்த பணத்தை - சேலம் முதலியாரின் நிலத்தை வாங்குவதற்காக வைத்திருக்கும் பணத்தை - இவர்கள் கொண்டுபோக விட்டுவிடுவதா!... முடியாது! இந்தச் செம்பாவின் உடம்பில் உயிர் இருக்கும் வரையில் அது முடியாத காரியம்.

செம்பாவின் உடம்பில் தெம்பும் மனத்தில் ஊக்கமும் பிறந்தன. சோளத்தட்டைக் குவியலைவிட்டு நகர்ந்து மெள்ள மெள்ள நடந்து குடிசையை நோக்கிச் சென்றாள். சுவர் ஓரமாக வந்து பலகணித் துவாரங்களின் வழியாக உள்ளே பார்த்தாள்.

அந்தக் குடிசைக்குள்ளே இரண்டு அடுப்புகள் உண்டு என்பது செம்பாவுக்குத் தெரியும். ஓர் அடுப்பில் எப்போதும் சாம்பல் குவிந்து கிடக்கும். அந்த அடுப்பைப் பெயர்த்து எடுத்துப் பக்கத்தில் வைத்திருந்தார்கள். அவர்களில் ஒருவன் சிறிய கடப்பாரையினால் அங்கே தோண்டிக் கொண்டிருந்தான். இன்னொருவன் தோண்டிய குழியிலிருந்து மண்ணை எடுத்து வெளியில் போட்டான். கடப்பாரை விழுந்தபோது 'தங்' 'தங்' என்று கேட்ட சத்தம் ஒருதடவை 'டங்' என்று கேட்டது.

"இருக்கிறது அப்பா, புதையல் இருக்கிறது! கவுண்டன் கஞ்சா போதையில் சொன்னது பொய்யல்ல!" என்று ஒருவன் சொன்னான்.

"நீதானே சந்தேகப்பட்டாய்!" என்றான் இன்னொருவன்.

'ஆகா! இந்தப் பாவிகள் இப்படியா செய்கிறார்கள்? நாலு வருஷம் பாடுபட்டுத் தேடிய பணத்தை அடித்துக் கொண்டு போகவா பார்க்கிறார்கள்? இதை எப்படித் தடுப்பது? கூக்குரல் போடலாமா? பிசாசு மாதிரி தலையை விரித்துப் போட்டுக்கொண்டு உள்ளே போய்ப் பயமுறுத்தலாமா? அல்லது... எங்கேயோ தூரத்தில் பேச்சுக் குரல் கேட்கிறது போலிருக்கிறதே! ஆம்! தெய்வம் எனக்குத் துணை அனுப்புகிறதா? யார் வந்தாலும் நல்ல சமயத்தில் தான் வருகிறார்கள்! அவர்கள் யாராயிருக்கும்? ஒருவேளை இந்தத் திருடர்களைச் சேர்ந்தவர்களாகவே இருந்தால்?... தெய்வம் அப்படியும் என்னைச் சோதிக்குமா?'

செம்பாவின் காதில் விழுந்த பேச்சுக்குரல் குடிசைக்குள் இருந்தவர்களின் காதிலும் கேட்டது. தோண்டிக் கொண்டிருந்தவன் சட்டென்று நிறுத்தினான். காது கொடுத்து இருவரும் கேட்டார்கள். ஏதோ மெல்லிய குரலில் பேசிக் கொண்டார்கள். கடைசியில், "நீ போ! யாராயிருந்தாலும் கொஞ்ச நேரம் தடுத்து நிறுத்து! அதற்குள் காரியத்தை முடித்துவிடுகிறேன்!" என்று ஒருவன் கூறியது கேட்டது. "விளக்கை அணைத்துவிடு! எனக்கு விளக்கு வெளிச்சம் வேண்டாம்! நிலா வெளிச்சமே போதும்!" என்று அவன் சொல்லியதும் செம்பாவின் காதில் விழுந்தது.

ஒருவன் எழுந்து விளக்கை அணைத்துவிட்டு வெளியில் விரைவாகச் சென்றான். இன்னொருவன் வேகமாகத் தோண்டினான். மறு நிமிஷம் குழியிலிருந்து ஒரு செப்புத்தோண்டியை எடுத்து வெளியில் வைத்தான்.

'பெண்ணே செம்பா! இதோ உன் சந்தர்ப்பம் வந்துவிட்டது! போ! துணிச்சலாகப் போ! குடிசைக்குள் சென்று உன் காதலனுடைய பொருளைக் காப்பாற்று! தயங்காதே! போ! போ!...'

அத்தியாயம் – 14

செங்கோடன் முதலில் கொஞ்ச நேரம் குடல் தெறிக்க ஓடினான். பிறகு அவனுக்கே, 'எதற்காக இப்படி ஓடுகிறோம்? என்ன பைத்தியக்காரத்தனம்!' என்று தோன்றியது. ஓட்டம் நடையாக மாறியது. குடிசையில் தான் பார்த்த வெளிச்சம் உண்மையாகப் பார்த்ததா அல்லது வீண் பிரமையா என்ற ஐயம் உதித்தது. திருட வந்தவர்கள் அவ்வளவு பெரிய வெளிச்சம் போட்டுக் கொண்டா திருடுவார்கள்? அவ்வளவு துணிச்சலுடன் திருட வரக் கூடியவர்கள்தான் யார்? அந்தப் பட்டணத்துச் சோம்பேறிகளுக்கு அவ்வளவு தைரியமா? ஒருநாளும் இராது! வீண்பயம்! ஒருவேளை செம்பா வந்திருப்பாள். தன்னைக் காணாதபடியால் சிறிது நேரம் காத்திருக்கலாம் என்று விளக்கேற்றி இருப்பாள்... இருந்தாலும் குடிசை ஓலைக் குடிசை, பக்கத்தில் வைக்கோலும் சோளத் தட்டையும் போர் போட்டிருக்கிறது. விளக்கேற்றும் போதுகூட ஜாக்கிரதையாக ஏற்ற வேண்டும். ஆனால், செம்பா மிகக் கெட்டிக்காரி! அவளுக்கு ஜாக்கிரதை சொல்லித் தர வேண்டியதில்லை.

நடை கொஞ்சம் மெதுவானதும், "கவுண்டரே! கவுண்டரே!" என்று கூச்சல் போட்டுக்கொண்டு ஓடிவந்து குமாரி பங்கஜா செங்கோடனுடைய கையைப் பிடித்துக் கொண்டாள். "இப்படி என்னை விட்டுவிட்டு ஓடி வரலாமா!" என்று கேட்டாள்.

"சனியனே! நீ விடாமல் தொடர்ந்து வந்துவிட்டாயா? நீ வருவது தெரிந்திருந்தால் ஓட்டத்தை நிறுத்தியிருக்க மாட்டேனே?" என்றான்.

கையை உதறி குமாரி பங்கஜாவைத் தடுமாறிக் கீழே விழச் செய்துவிட்டுச் செங்கோடன் மறுபடியும் விரைவாக நடந்தான்.

“ஐயோ! நான் விழுந்துவிட்டேன். கொஞ்சம் இரு! என்னைத் தூக்கிவிடு” என்று பங்கஜா கத்தினாள்.

செங்கோடன் அவளைத் திரும்பியே பார்க்காமல் நடந்தான்.

குடிசைக்குச் சுமார் நூறு கஜ தூரத்தில் வந்தபோது சோளக் கொல்லையில் ஏதோ வெள்ளையாய் விழுந்து கிடப்பது அவன் கண்ணில் பட்டது. ஒரு தீனமான, பரிதாபமான, இதயத்தைப் பிளக்கும் துன்ப ஒலியும் கேட்டது. அது என்னவென்று பார்க்காமல் செங்கோடனால் மேலே போக முடியவில்லை. அருகில் போய்ப் பார்த்தான். அது ஒரு நாய், அது சாகும் தறுவாயில் கிடந்தது. அதன் வயிற்றிலிருந்து இரத்தம் சிந்திக்கொண்டிருந்தது.

ஐயோ! இந்த வாயில்லாப் பிராணி இங்கே எப்படி வந்தது? எந்த மகாபாவி இதை வயிற்றில் குத்திக் கொன்றான்?... ஆஹா! அந்தப் போலீஸ்காரருடைய உயர்ந்த ஜாதி நாய் அல்லவா இது? இங்கே எப்படி வந்தது? யார் இதைக் குத்தியிருப்பார்கள்?

நாயைப் பார்த்ததனால் செங்கோடனுடைய மனத்தில் திகில் அதிகமாயிற்று. அதோடு ஆத்திரமும் பரபரப்பும் மிகுந்தன. குடிசையை மேலும் அணுகிச் சென்றான். ஆனால், இப்போது சர்வ ஜாக்கிரதையுடன் எந்தவித ஆபத்துக்கும் தயாராக நடந்தான். நாயைப் பார்ப்பதற்காக நின்ற நேரத்தில் குமாரி பங்கஜா அவனை வந்து பிடித்துவிட்டாள். சளசளவென்று ஏதோ அவனைக் கேள்விகள் கேட்டு பேச வைக்க முயன்றாள். எதற்காக இவள் இவ்வளவு கூச்சல் போட்டுப் பேசுகிறாள்? செவிடனுடன் பேசுவது போலப் பேசுகிறாளே ஏன்?

கேணிக்கரை மேடும் அதன் அருகில் தென்னை மரமும் குடிசை வாசற் புறத்தை மறைத்துக் கொண்டிருந்தன. ஆனால், அந்தப் பக்கத்திலிருந்து ஒரு மனிதன் வெளிப்பட்டு வந்தது தெரிந்தது. அவன் யார் என்று சீக்கிரத்திலேயே தெரிந்துவிட்டது. எஸ்ராஜ் என்பவன் தான். இவன் ஏன் இங்கே வந்தான்? இன்னொருவன் எங்கே? சந்தேகித்ததெல்லாம் உண்மைதான்போல் இருக்கிறது. செங்கோடா! உன்னை இந்தப் பட்டணத்துச் சோம்பேறிகள் ஏமாற்றி விட்டார்களா? நல்லவேளை! காரியம் மிஞ்சிப் போவதற்குள் வந்து விட்டாய்! பார் ஒரு கை!

செங்கோடன் ஒரு கை பார்க்க யத்தனிப்பதற்குள்ளே வேறு காரியங்கள் நடந்துவிட்டன.

"எஸ்ராஜ்! எஸ்ராஜ்! இந்தக் கவுண்டன் என் கன்னத்தில் அறைந்தான்! விடாதே இவனை! இங்கேயே கொன்று குழியை வெட்டிப் புதைத்துவிடு!" என்று குமாரி பங்கஜா கத்தினாள்.

"அப்படியா! உன்னையா இந்தப் பட்டிக்காட்டான் தொட்டு அடித்தான்? அவ்வளவுக்கு ஆகிவிட்டதா? இதோ பார்! ஒரு பாடம் சொல்லிக் கொடுக்கிறேன்!" என்று எஸ்ராஜ் கர்ஜித்துக்கொண்டே செங்கோடனுடைய மார்பில் ஒரு குத்து விட்டான்.

அவ்வளவுதான்! செங்கோடனுடைய உள்ளத்தில் குமுறிக் கொண்டிருந்த எரிமலை பொங்கியது. எஸ்ராஜின் மார்பிலும் தலையிலும் முதுகிலும் மோவாய்க் கட்டையிலும், கண்ட கண்ட இடங்களிலெல்லாம் செங்கோடனுடைய இரும்புக் கைகள் சரமாரியாக அடிகளையும் குத்துக்களையும் பொழிந்தன.

'ஐயோ!' 'அப்பா!' 'போதும்!' 'வேண்டாம்!' என்னும் எஸ்ராஜின் அபயக் குரல்கள் செவிடன் காதில் ஊதின சங்காகவே முடிந்தன.

இவர்கள் இருவரும் இவ்விதம் முஷ்டி யுத்தம் செய்து கொண்டிருக்கையில் குமாரி பங்கஜா குடிசையை நோக்கிச் சென்றாள். கேணிக்கரையில் ஏறி அப்பாலும் இறங்கிவிட்டாள்.

அச்சமயம் குடிசைக்குள்ளேயிருந்து, "ஐயோ ஓஓஓ!" என்ற ஒரு நீடித்த பரிதாப ஓலம் கேட்பவர்களின் உடம்பின் இரத்தத்தைச் சுண்டச் செய்யும் பயங்கரத்துடன் எழுந்தது. அதே குரல் ஒரு கணம் நின்று, மறுபடியும், "ஆ! செத்தேன்!" என்று அலறியது. பிறகு, ஒரு நிண்ட முக்கல், விம்மல், அப்புறம் நிசப்தம்! சகிக்க முடியாத நிசப்தம்!

முதல் ஓலத்திலேயே எஸ்ராஜும் செங்கோடனும் சண்டையை நிறுத்திவிட்டார்கள். மறுஓலத்திற்குப் பிறகு இருவரும் குடிசையை நோக்கி ஓடினார்கள். அவர்களுக்கு எதிர்ப்புறமாக வந்த குமாரி பங்கஜா கேணி மேட்டில் செங்கோடன் மேல் முட்டிக் கொண்டாள்.

"பங்கஜா! என்ன? என்ன?" என்று நடுங்கிய குரலில் எஸ்ராஜ் கேட்டான்.

"தெரியவில்லையே? ஐயோ! தெரியவில்லையே" என்றாள் பங்கஜா.

"சத்தம் குடிசைக்குள்ளிருந்தா?"

"ஆமாம்."

"நீ அங்கே – குடிசைக்குள்ளே - போனாயா?"

"இல்லை; வாசலண்டை போனதும் சத்தம் கேட்டது. திரும்பிவிட்டேன்!"

"கவுண்டரே! தீக்குச்சிப் பெட்டி வைத்திருக்கிறீரா? உள்ளே போய்ப் பார்க்கவேண்டும்?"

"பார்க்க வேண்டும்; பார்க்கத்தான் போகிறேன். முதலில் நிஜத்தைச் சொல்! எதற்காக இங்கே இந்த நேரத்தில் வந்தாய்? உன்னுடன் யார் வந்தது? குடிசைக்குள் யார்? என்ன செய்தீர்கள்?"

"அதெல்லாம் அப்புறம் சொல்கிறேன், கவுண்டரே! முதலில் உள்ளே போய்ப் பார்க்கலாம்."

"அப்படியானால் நீங்கள் இரண்டு பேரும் என்னுடன் வாருங்கள். ஓடிப் போய்விடாதீர்கள்!"

"சத்தியமாய் நாங்கள் ஓடவில்லை. எப்படி ஓட முடியும்? நடந்ததைத் தெரிந்துகொள்ளாமல்?... நீர் முதலில் தீக்குச்சிப் பெட்டியைக் கண்டுபிடித்து விளக்கைப் பொருத்தும்!"

நிலா வெளிச்சத்தில் எஸ்ராஜ், பங்கஜா இவர்களுடைய முகங்களைச் செங்கோடன் பார்த்தான். அந்த முகங்களில் பீதி குடி கொண்டிருந்தது. அவர்களுடைய கால்களும் கைகளும் வெடவெடவென்று நடுங்கின.

செங்கோடனுக்கும் திகிலாய்த்தான் இருந்தது. ஆயினும் மர்மம் இன்னதென்று தெரிந்துகொள்ள அவன் ஆவல் கொண்டிருந்தான். அதுமட்டுமா? சாம்பல் குவிந்த அடுப்பின் அடியில் யாருக்கும் தெரியாது என்று எண்ணிப் புதைத்து வைத்திருந்த பணம் என்ன ஆயிற்று? பரபரப்புடன் செங்கோடன் மேலே நடந்தான். தென்னை மரத்துக்குப் பின்னால் குடிசைச் சுவர் ஓரமாக ஒரு நிழல் ஒரு கணம் தெரிந்து உடனே மறைந்தது! 'சீச்சீ! செங்கோடா! உனக்குக் கூடவா இந்தப் பிரமை! பேய், பிசாசு, பூதம் எல்லாம் வெறும் பொய் என்பாயே? அறிவு எங்கே போயிற்று?'

குடிசையின் முன்கூரை முகப்பில் செங்கோடன் வழக்கமாகத் தீப்பெட்டி வைப்பது வழக்கம். ஹரிக்கன் லாந்தரைச் சுவருக்கு வெளியே நீண்டிருந்த மூங்கில் கழியில் கட்டித் தொங்கவிடுவது வழக்கம். தீப்பெட்டியை வழக்கமான இடத்திலிருந்து எடுத்துக் கொண்டான்; லாந்தரையும் எடுத்துப் பொருத்தினான்.

லாந்தர் வெளிச்சத்தில் குடிசையின் வாசற் கதவு திறந்து உட்புறமாகச் சுவரோடு சாத்தியிருந்தது தெரிந்தது. திறந்திருந்த

வாசற்படியின்மேல் சில இரத்தத் துளிகள் சிந்தியிருந்தன. இன்னும், அதோ இரத்தத்தைப் போலவே சிவப்பாகக் கிடந்து பளபளக்கும் பொருள் என்ன? செங்கோடன் குனிந்து அதைக் கையில் எடுத்துக் கொண்டான். பின்னால் வந்தவர்கள் அறியாதபடி அதை மடியில் செருகிக் கொண்டான். பிறகு குடிசைக்குள்ளே சென்றான்.

அத்தியாயம் – 15

சேலத்திலிருந்து நாமக்கல்லுக்குச் சென்ற வழியில் மோட்டார் சாரதி சொன்ன கதை இது என்பதை நேயர்களுக்கு ஞாபகப்படுத்த விரும்புகிறேன். அவர் சொன்ன கதையை ஏதோ எனக்குத் தெரிந்த பாஷையிலும் பாணியிலும் எழுதிக்கொண்டு போகிறேன். சேலம் ஜில்லா கிராமங்களில் குடியானவர்கள் கையாளும் சக்தி வாய்ந்த பேச்சு நடையை என்னால் அவ்வளவு நன்றாகக் கையாள முடியுமா? அல்லது அவர்களுடைய பேச்சில் காணும் ரஸத்தைத்தான் எழுத்திலே கொண்டு வர முடியுமா?

செங்கோடன் லாந்தரைப் பொருத்திக்கொண்டு குடிசைக்குள்ளே நுழைந்த கட்டத்தில் கதை நின்று போயிற்று. ஏனெனில், அதற்குள் நாமக்கல் வந்துவிட்டது. "இந்த நாமக்கல்லுக்குக் கொஞ்சங்கூடப் புத்தியில்லை. இன்னும் கொஞ்சம் அப்பால் தள்ளியிருக்கக் கூடாதோ! கதையின் நடுவில் வந்து குறுக்கிட்டுவிட்டதே!" என்று நொந்து கொண்டேன்.

நாமக்கல்லுக்கு வந்த காரியம் முடிந்து முன்னிரவில் திரும்பிப் புறப்பட்டோம். மணி சுமார் ஒன்பது இருக்கும். காலையில் போட்ட தூற்றலைக் காட்டிலும் இப்போது கொஞ்சம் அதிகமாகவே விழுந்துகொண்டிருந்தது. 'மழை' என்று கூட அதைச் சொல்லலாம். மேலே வானமும் கீழே நான்கு திசைகளும் இருட்டியிருந்தன. மோட்டார் வண்டியின் முன் விளக்குகள் அந்த இருட்கடலைக் கிழித்துக்கொண்டு சாலையில் சற்று தூரத்துக்கு வெளிச்சமாக்கிக் கொண்டு சென்றன. அந்தப் பிரகாசமான ஒளியில் மழைத்துளிகள் வைரத்துளிகளாக ஒளிர்ந்தன. ஒவ்வொரு சமயம் வானத்தை வெட்டிய மின்னல் பூமியில் நெடுந்தூரத்தைப் பிரகாசமாக்கி

விஸ்தார வெட்டவெளிகளையும் ஆங்காங்கு நின்ற மொட்டைப் பாறைகளையும் குட்டை மரங்களையும் ஒரு கணம் காட்டிவிட்டு மறைந்தது.

பாக்கிக் கதையைக் கேட்க வேண்டும் என்ற என் ஆர்வத்தை மோட்டார் சாரதியிடம் தெரிவித்துக் கொண்டேன். அவரும் கதையைத் தொடங்கினார்:

●

குடிசைக்குள் செல்லும்போதே செங்கோடனின் உள்ளம் பதைபதைத்தது. என்னத்தைப் பார்க்கப் போகிறோமோ என்று திகில் கொண்டிருந்தது. அங்கே அவன் பார்த்த காட்சியோ பதை பதைப்பையும் திகிலையும் அதிகமாக்கியது. மனிதன் ஒருவன் அலங்கோலமாய் விழுந்து கிடந்தது தெரிந்தது. தன்னைக் கெடுப்பதற்கு முயன்ற இருவரில் ஒருவன் தான் அவன்! பங்காருசாமி என்ற பெயரை உடையவன். அவன் பக்கத்தில் ஒரு கூரிய கத்தி கிடந்தது. அதில் இரத்தக் கறை பட்டிருந்தது. அப்புறம், அடுப்பைத் தோண்டி எடுத்து அப்பாற்படுத்திவிட்டு அங்கே குழி தோண்டி இருந்ததையும் அவன் பார்த்தான். குழி காலியாயிருந்ததையும் கவனித்தான். ஆனால், அந்தச் செம்புக்குடம் பக்கத்தில் எங்கேயாவது இருக்கிறதா? இல்லை! மாயமாய் மறைந்துவிட்டது! தான் எண்ணியது சரிதான்! ஆனால், இது என்ன? ஒரு சிறிய பெட்டி திறந்து கிடக்கிறதே! அதற்குள்ளே... ஆத்தாடி! நோட்டுக்கள்! ரூபாய் நோட்டுக்கள்! பெட்டிக்கு வெளியில் பக்கத்திலும் ரூபாய் நோட்டுக்கள்! இன்னும் ஏதோ கறுப்பாகச் சுருள் சுருளாகக் கிடந்தது! ஒன்றும் புரியாமல் திக்பிரமையுடன் செங்கோடன் அந்தப் பெட்டிக்குச் சமீபத்தில் சென்று குனிந்து பார்த்தான். அப்போது தரையில் விழுந்து கிடந்த மனிதன் முனகினான். செங்கோடன் விளக்கை அவன் பக்கம் திருப்பினான். அந்த மனிதன் கொஞ்சம் தலையைத் தூக்கித் தன் சிவந்த கண்களினால் செங்கோடனை விழித்துப் பார்த்தான்! அதனால், செங்கோடனுக்குக் குலைநடுக்கம் ஏற்பட்டது.

"நீயா...! நீயா வந்து தொலைந்தாய்... அவள் எங்கே! அந்தப் பெண் பேய் எங்கே? - அவள்தான் என்னைக் கொன்றவள்!" என்று மெல்லிய குரலில் முணுமுணுத்தான், கீழே கிடந்த பங்காருசாமி. "பாவி! சண்டாளி...!" என்று சபித்துக்கொண்டே எழுந்திருக்க முயன்றான். முடியாமல் கீழே விழுந்தான். அவன் தலை சாய்ந்தது. கோரமாக விழித்த சிவந்த விழிகள் மூடிக் கொண்டன.

செங்கோடன் உடனே மந்திர சக்தியிலிருந்து விடுபட்டவன் போலானான். கீழே கிடந்த இரத்தம் தோய்ந்த கத்தியைக் கையில் எடுத்துக்கொண்டு வெளியே ஓடி வந்தான். அந்தச் சமயத்தில்தான் எஸ்ராஜும் குமாரி பங்கஜாவும் தயக்கத்துடன் நெருங்கி வந்து குடிசைக்குள்ளே எட்டிப் பார்க்க முயன்றார்கள்.

அவர்களைப் பார்த்ததும், செங்கோடன் ஆவேசம் வந்தவனைப் போல் கத்தியைக் காட்டி, "உள்ளே வராதீர்கள்! வந்தால் உங்களையும் பலி கொடுத்துவிடுவேன்!" என்று கத்தினான். அவர்கள் பயந்து அப்பால் விலகிக் கொண்டார்கள். செங்கோடன் வெளியில் வந்து குடிசையின் கதவைச் சாத்தினான்.

"ஓகோ!" "கொலை!" "கொலை!" என்று கத்திக்கொண்டு கேணியைப் பார்த்து ஓடி மேட்டின் மீது ஏறினான். கேணி ஓரத்தில் வந்ததும் மடியை அவிழ்த்து அதிலிருந்த பொருளைக் கேணியில் விழும்படி செய்தான்.

அதே சமயத்தில் பக்கத்து தென்னை மரத்துக்குப் பின்னாலிருந்து போலீஸ் கான்ஸ்டேபிள் சின்னமுத்துக் கவுண்டர் வெளிப் புறப்பட்டார்.

"அப்பனே, செங்கோடா! என்ன விஷயம்? எதற்காக இப்படி அலறுகிறாய்? கேணியில் என்னத்தைப் போட்டாய்?" என்றார்.

ஒரு நிமிஷ நேரம் செங்கோடன் திகைத்து நின்றுவிட்டு "நானா? நான் ஒன்றும் கேணியில் போடவில்லை! இனிமேலே தான் போடப் போகிறேன்!" என்றான்.

"என்னத்தைப் போடப் போகிறாய்?"

"ஒரு மனுஷனைத் தூக்கிப் போடப்போகிறேன்."

"மனுஷனையா? மனுஷனைக் கேணியிலே தூக்கிப் போடலாமா? செத்துப் போவானே?"

"அவன் முன்னமே செத்துப் போய்விட்டானுங்க!"

"யார் செத்துப் போனது? செத்தவனை எதற்காகக் கேணியில் போடப் போகிறாய்?"

"ஒருவனைக் கொலை செய்தால், அவனைச் சாக்கிலே கட்டிக் கிணற்றிலே போடலாம் என்று சினிமாவிலே காட்டினாங்களே!"

"யாரை நீ கொலை செய்தாய்?"

89

"அந்தப் பங்காருசாமியை நான் கொலை செய்துவிட்டேன்! இந்தக் கத்தியினால்தான்...!" என்று செங்கோடன் சொன்னபோது, அவன் கை கொஞ்சம் நடுங்கிற்று.

"இங்கே கொடு, அந்தக் கத்தியை!" என்று போலீஸ்காரர் கேட்டதும் செங்கோடன் கொடுத்துவிட்டான்.

"சரி! வா! நீ கொன்ற ஆளைப் போய்ப் பார்க்கலாம். அவனைத் தூக்கிப் போடுவதற்கு நானும் ஒரு கை கொடுக்கிறேன்!" என்று சொல்லிவிட்டுப் போலீஸ்காரர் குடிசையை நோக்கிப் போனார். செங்கோடனும் அவர் பின்னால் போனான்.

குடிசை வாசலில் எஸ்ராஜும் குமாரி பங்கஜாவும் நின்று கொண்டிருந்தார்கள். பங்கஜா அழுது கொண்டிருந்தாள். எஸ்ராஜ் அவளைத் திட்டிக்கொண்டிருந்தான். கான்ஸ்டேபிளைப் பார்த்ததும் பங்கஜா, "ஐயோ! இங்கேயும் வந்துவிட்டாயா! இந்தப் பாவிகளால் என் கதி இப்படியாச்சு!" என்று அலறினாள்.

அத்தியாயம் – 16

போலீஸ்காரர் அங்கே அந்தச் சமயத்தில் எப்படி வந்தார் என்று சொல்வதற்குக் கொஞ்சம் கதையை பின்னால் கொண்டுபோக வேண்டும். கான்ஸ்டேபிள் சின்னமுத்துக் கவுண்டர் முன்னம் சேலத்தில் வேலை பார்த்து வந்தார். அடிக்கடி அவர் 'கை காட்டி மரவேலை செய்ய வேண்டியதாயிருக்கும். அதாவது வீதி முனையில் நாற்சந்தியின் நடுவில் நின்று வண்டிகள் போகவும் நிற்கவும் கைகாட்ட வேண்டி வரும். அப்படி நின்றிருந்த நாட்களில் ஒருநாள், நடுப்பகலில் ஓர் இளம்பெண் அவரிடம் வந்து, "போலீஸ்கார ஐயா! நேற்று முதல் சாப்பிடவில்லை! பசியினால் பிராணன் போய்விடும் போல் இருக்கிறது. ஒரு நாலு அணாக் கொடுத்தால் ஓர் அநாதைப் பெண்ணைக் காப்பாற்றிய புண்ணியம் கிடைக்கும்" என்றாள். போலீஸ்காரருக்குப் பாவ புண்ணியத்தில் அவ்வளவு நம்பிக்கை இல்லை. ஆயினும் அந்தப் பெண்ணின் அநாதைத் தோற்றத்தைப் பார்த்துப் பரிதாபங் கொண்டார். "நீ யார், அம்மா! ஏன் உன்னை அநாதை என்று சொல்லிக்கொள்கிறாய்'' என்றார். "ஆம் ஐயா! நான் அநாதைதான். நாங்கள் மலாய் நாட்டில் கிள்ளானில் இருந்தோம். அப்பா பெரிய வியாபாரி. யுத்தம் ஆரம்பித்த சில நாளைக்கெல்லம் புறப்பட்டு ஓடிவந்துவிட்டோம். வழியிலே கப்பலிலேயே அப்பா செத்துப் போய்விட்டார். நானும் என் தம்பியும் அம்மாவும் மட்டும் இங்கே வந்து சேர்ந்தோம். இங்கே நாங்கள் எதிர்பார்த்து வந்த பந்துக்கள் யாரும் இல்லை. மலாய் நாட்டிலிருந்து சொத்து வருவதற்கும் வழியில்லை. ஜப்பான்காரன் பறிமுதல் செய்து விட்டான். நாங்கள் கையோடு கொண்டு வந்த நகை நட்டுக்களை விற்று இத்தனை நாள் காலட்சேபம் செய்தோம். எல்லாம்

தீர்ந்துவிட்டது! இப்போது பிச்சை வாங்கிப் பிழைக்க வேண்டியதாய் இருக்கிறது!" என்று சொன்னாள்.

"ஐயோ! பாவம்! நீ படித்த பெண் மாதிரி தோன்றுகிறதே! ஏதாவது வேலை பார்த்துக் கொள்வதுதானே?" என்றார் போலீஸ் கான்ஸ்டேபிள்.

"வேலைக்கு நான் எவ்வளவோ பிரயத்தனம் செய்தேன்; கிடைக்கவில்லை. வேலை கேட்கப் போன இடத்தில் ஆண் பிள்ளைகளாயிருந்தால் கண்ணை அடித்து துன்மார்க்கத்துக்குக் கூப்பிடுகிறார்கள். பெண்களாயிருந்தால் நன்றாகத் திட்டி அனுப்புகிறார்கள். நான் என்ன செய்யட்டும்!" என்றாள் அந்தப் பெண்.

"வாஸ்தவந்தான்; உலகம் அப்படிக் கெட்டுப்போய்க் கிடக்கிறது. மனிதர்களுடைய நெஞ்சில் இரக்கம் என்பதே இல்லை!" என்றார் போலீஸ்காரர். இப்படிச் சொல்லிவிட்டு நாலு அணாவுக்கு எட்டு அணாவாகக் கொடுத்து அனுப்பினார்.

அந்தப் பெண் போய்விட்டாள். ஆனால், போலீஸ்காரருடைய மனத்திலிருந்து அவள் போகவில்லை. சில நாளைக்கெல்லாம் மறுபடியும் அந்தப் பெண், போலீஸ்காரரை சந்தித்தாள். சாப்பாட்டுக்கு நாலு அணாக் கொடுக்கும்படி கேட்டாள். போலீஸ்காரர் ஒரு ரூபாய் கொடுத்தார். அவர்களுக்குள் மேலும் கொஞ்சம் பழக்கமும் சிநேகமும் ஏற்பட்டன. பெண்ணின் பெயர் பங்கஜம் என்று தெரிந்து கொண்டார். ஓழிந்த நேரங்களில் அந்தப் பெண்ணின் வீட்டுக்குப்போய் அவளுடனும் அவள் அம்மாவுடனும் பேசிக் கொண்டிருப்பதில் அவர் பெரிதும் மகிழ்ச்சி அடைந்தார்.

போலீஸ்காரருடைய முதல் மனைவி காலமாகிவிட்டாள். இரண்டாவது கல்யாணம் செய்துகொள்ளும் எண்ணமே அவருக்கு இருக்கவில்லை. ஆனால், குமாரி பங்கஜாவைப் பார்த்த பிறகு அவருடைய மனம் சிறிது சிறிதாக மாறிக்கொண்டு வந்தது.

இன்னொரு நாள் வழக்கம்போல் போலீஸ்காரர் கைகாட்டி உத்தியோகம் செய்த இடத்துக்குக் குமாரி பங்கஜா வந்து "வீட்டில் அரிசி தீர்ந்துவிட்டது. ஒரு ரூபாய் தர முடியுமா? உங்களை அடிக்கடி கேட்க வெட்கமாயிருக்கிறது" என்றாள். போலீஸ்காரர், "ஏன் வெட்கப்படவேண்டும்? கூடிய சீக்கிரத்தில் நான் மாதா மாதம் வாங்கும் சம்பளத்தை அப்படியே உன்னிடம் கொண்டு வந்து மொத்தமாகக் கொடுக்கும் காலம் வரலாம், இல்லையா? உன்

தாயாரைக்கூடக் கேட்டாகிவிட்டது. உனக்குச் சம்மதம் என்றால் உடனே கலியாணந்தான்!" என்றார்.

"சீ! நீங்களும் மற்றவர்களைப் போலத்தானா?" என்றாள் பங்கஜா.

"மற்றவர்களையும் என்னையும் ஒப்பிட்டுப் பேசுகிறாயே! மற்றவர்கள் உன்னைக் கலியாணம் செய்து கொள்கிறேன் என்று சொன்னார்களா?" என்று கேட்டார்.

"ஆமாம், பின்னே என்ன? எல்லோரும் என்னைக் கந்தர்வமணம் செய்து கொள்வதாகத்தான் சொன்னார்கள். ஓர் அநாதைப் பெண் அகப்பட்டால் நீங்கள் ஆண்பிள்ளைகள் என்ன வேணுமானாலும் செய்வீர்கள்! சீ சீ! உன்னுடைய பணம் எனக்கு வேண்டாம்!" என்று ரூபாயை விட்டெறிந்துவிட்டுக் குமாரி பங்கஜா நடையைக் கட்டினாள்.

போலீஸ்காரர் மிக்க ஏமாற்றத்துடனும் வருத்தத்துடனும் அவள் போவதைப் பார்த்துக்கொண்டிருந்தார். அவள் பத்து அடி தூரம் போனதும் ஒரு விசித்திரமான சம்பவம் ஏற்பட்டது. அந்த வழியே வந்த சைக்கிள்காரன் ஒருவன் குமாரி பங்கஜாவின் மீது தன் வண்டியை மோதினான். அந்த வேகத்தில் அவள் கையில் இருந்த சிறிய பெட்டி தவறிக் கீழே விழுந்தது. விழுந்த வேகத்தில் அதன் கதவு திறந்தது. திறந்த பெட்டிக்குள் கான்ஸ்டேபிள் பார்த்தார். ரூபாய் நோட்டுக் கத்தைகளாகக் குவித்து வைத்திருந்தது. சில நோட்டுகள் வெளியிலும் சிதறி விழுந்தன. குமாரி பங்கஜா அவசர அவசரமாக அந்த நோட்டுகளைப் பொறுக்கி எடுத்துப் பெட்டியில் வைத்து மூடிப் பூட்டினாள். அதே சமயத்தில் கடைக் கண்ணால் போலீஸ்காரர் தன்னைக் கவனிக்கிறாரா என்று பார்த்துக் கொண்டாள். இப்படிப் பூட்டியதும் அவசரமாக நடையைக் கட்டினாள்.

போலீஸ்காரர் ஆச்சரியத்தில் ஆழ்ந்தார். பெட்டி நிறைய ரூபாய் நோட்டை வைத்துக்கொண்டு தன்னிடம் அரிசி வாங்கப் பணம் இல்லை என்றாளே? இது என்ன விந்தை? ஆரம்பத்திலிருந்தே என்னை ஏமாற்றிக்கொண்டு வருகிறாளா? அல்லது இன்றைக்குத் தானா? திடீரென்று இவ்வளவு பணம் இவளுக்கு எப்படிக் கிடைத்தது?

மறுநாள் குமாரி பங்கஜா அவரைத் தேடிக்கொண்டு வந்தாள். "நேற்றே ஒரு விஷயம் சொல்ல வேண்டும் என்றிருந்தேன். ஆனாலும், உங்கள் மனத்தைச் சோதிக்க விரும்பியதால் சொல்ல

வில்லை. மலாய் நாட்டில் எங்கள் வீட்டையும் தோட்டங்களையும் விற்றுப் பணம் அனுப்பியிருக்கிறார்கள். நேற்றுத்தான் வந்தது. ஒரு சினேகிதர் வீட்டில் கொண்டுபோய்க் கொடுத்துவிட்டு வந்தேன்!" என்றாள்.

"அவ்வளவு பணத்தை நம்பிக் கொடுக்கும்படி அப்படிப்பட்ட சிநேகிதர் உனக்கு இருக்கிறாரா? அதைவிட பாங்கியில் போட்டு வைப்பதுதானே?" என்றார் போலீஸ்காரர்.

"பாங்கியிலே போட்டால் வட்டி எங்கே கொடுக்கிறார்கள்? நான் கொடுத்தது பங்காருசாமி என்பவரிடம். நல்ல இடத்தில் கடன் கொடுத்து நிறைய வட்டி சம்பாதித்துக் கொடுப்பதாகச் சொல்லி இருக்கிறார்."

பங்காருசாமி என்பவன் 'கே. டி.' ஜாபிதாவில் இல்லையே தவிர, மற்றபடி அவன் பேரில் போலீஸ் இலாக்காவுக்குப் பல சந்தேகங்கள் இருந்தன. அப்படிப் பட்டவனிடமா இவள் பணத்தை நம்பிக் கொடுத்திருக்கிறாள்? ஐயோ! விழுங்கி ஏப்பம் விட்டு விடுவானே? இன்னொரு சந்தேகமும் போலீஸ்காரரின் மனத்தில் தோன்றியது. அதைக் கேட்டுவிட்டார்:

"நேற்று எதற்காக என்னிடம் பணம் கேட்க வந்தாய்?" என்றார்.

"அதுவா? உங்களிடம் ஏதாவது ஒரு வியாஜத்தை வைத்துக் கொண்டு பேச வேண்டும் என்று இருந்தது. அதனாலே தான் வந்தேன். மன்னித்துக் கொள்ளுங்கள். நான் கஷ்டத்தில் இருந்தபோது நீங்கள் செய்த உதவிகளுக்காக மிக்க வந்தனம். ஒருநாள் அதற்கெல்லாம் வட்டியும் முதலுமாகச் சேர்த்துக் கொடுத்துவிடுகிறேன்!" என்று சொல்லிவிட்டு, 'விடு விடு' என்று போய்விட்டாள்.

போலீஸ்காரருக்கு அவள் சொன்ன சமாதானத்தில் நம்பிக்கை ஏற்படவில்லை. இந்தப் பேதைப் பெண்ணை அந்தப் பங்காருசாமி ஏதோ குழியில் கவிழ்க்கப் பார்க்கிறான் என்று சந்தேகித்தார். ஆகையால், குமாரி பங்கஜாவையும் பங்காருசாமியையும் கவனிக்கத் தொடங்கினார்.

திடீரென்று சேலத்திலிருந்து பங்காருசாமி, குமாரி பங்கஜா இருவரும் காணாமற் போனார்கள். பங்கஜாவின் தாயாரைப் போய்ப் பார்த்துக் கேட்டதிலும் தகவல் தெரியவில்லை.

போலீஸ்காரரின் மனம் சஞ்சலத்தில் ஆழ்ந்திருந்தது. இந்த நிலையில் அவரைச் சேலத்திலிருந்து சின்னமநாயக்கன்பட்டிக்கு மாற்றினார்கள்.

அங்கே பங்காருவையும் பங்கஜாவையும் கண்டு போலீஸ்காரர் ஆச்சரியப்பட்டார். பங்கஜா ஒருநாள் அவரைத் தனிமையில் சந்தித்துத் தன்னைத் தெரிந்ததாகக் காட்டிக் கொள்ள வேண்டாம் என்று மன்றாடினாள். போலீஸ்காரர் அப்படியே வாக்களித்தார். ஆயினும் இங்கே ஏதோ கிருத்திரிமம் நடக்கப்போகிறது என்ற சந்தேகம் அவர் மனத்தில் உதித்தது. ஆகையால் மேற்படி, ஆசாமிகளுக்குத் தெரியாமலேயே அவர்களைக் கவனித்துக்கொண்டு வந்தார்.

போலீஸ்காரருடைய சந்தேகத்தை அதிகப்படுத்தும்படியான சம்பவம் ஒன்று ஒருநாள் நேரிட்டது. நாமக்கல் சாலையில் அவர் போக நேரும்போதெல்லாம் பொய்மான் கரட்டையும் அந்தக் கரட்டின் சந்தில் தெரிந்த பொய் மானையும் பார்த்து வியக்காமல் போவதில்லை. 'அருகிலே போய்ப் பார்த்தால் இருட்டைத் தவிர ஒன்றுமில்லை; சாலையிலிருந்து பார்த்தால் தத்ரூபமாக அழகிய மான் தெரிகிறதே? இது என்ன விந்தை? எப்படி நேருகிறது?' என்று அடிக்கடி அவர் யோசிப்பதுண்டு. ஒரு நாளைக்குத் திடீரென்று மேற்படி குன்றின் குகையில் பொய்மானுடைய முழுத் தோற்றத்தையும் காண முடியாமற்போகவே, அவருக்கு ஒரே வியப்பாய்ப் போய்விட்டது. ஒரு காலும் ஒரு காதும் முகத்தில் பாதியும் மட்டும் தெரிந்தன. மானின் முழு உருவத்தைக் காணவில்லை. இந்த அதிசயத்தைக் கண்டுபிடிக்க எண்ணிக் குன்றின் மீது ஏறிப் பார்த்தார். பொய்மான் குகையில் ஒரு சாக்கு மூட்டையும் ஒரு கள்ளிப் பெட்டியும் வைக்கப்பட்டு இருந்தன. 'மானின் நிழல்தோற்றத்தின் மேல் இச்சாமான்களின் நிழல் எப்படியோ விழுந்திருக்கிறது! ஆகையினாலேதான், முழுமானின் அழகிய தோற்றம் கீழேயிருந்து பார்க்கும்போது காணப்படவில்லை' என்று தெரிந்து கொண்டார்.

அதிசயத்தின் காரணத்தைக் கண்டுபிடித்தாகிவிட்டது. ஆனால், குகையில் வைத்திருக்கும் சாமான்களின் மர்மங்களைக் கண்டுபிடித்தாக வேண்டும். அந்தச் சாமான்கள் யாருடையவை? எதற்காக அங்கே வைத்திருக்கிறார்கள்? சாமான்களை உடனே பரிசோதித்துப் பார்க்கப் போலீஸ்காரர் விரும்பவில்லை. மற்றவர்கள் யாரும் கவனிக்க முடியாத சமயத்தில் பரிசோதித்துப் பார்க்க வேண்டும். வைத்தவர்கள் யார் என்றும் கவனித்து வரவேண்டும்.

பங்காருசாமி, பங்கஜா, எஸ்ராஜ் - அவர்களைச் சுற்றிக் கொண்டிருந்த செங்கோடன் ஆகியவர்கள் மீது போலீஸ்காரருக்குச் சந்தேகம் தோன்றியிருந்தது. பொய்மானை மறைந்த பொருள்களை

அவர்களில் யாராவது வைத்திருக்க வேண்டும் என்றும், அவை திருட்டுப் பொருள்களாகயிருக்கலாம் என்றும் எண்ணினார்.

ஒருநாள் பங்கஜா போலீஸ்காரரைத் தேடிப்பிடித்து, “எனக்காக ஓர் உதவி செய்ய முடியுமா?” என்று கேட்டாள். செங்கோடனிடம் தன் கடிதத்தைக் கொண்டுபோய்க் கொடுக்கச் சொன்னாள். கூழைக்காலன் புதையல் இருக்குமிடம் செங்கோடனுக்குத் தெரியும் என்றும், அவனிடமிருந்து அந்த இரகசியத்தைத் தெரிந்து கொள்வதற்காகவே அவனிடம் சிநேகங்கொண்டதாக நடிப்பதாகவும் கூறினாள். புதையல் கிடைத்தால் போலீஸ்காரருக்கும் பங்கு கொடுப்பதாகச் சொன்னாள். போலீஸ்காரர் மர்மம் இன்னதென்று கண்டுபிடிக்கும் நோக்கத்துடன் கடிதத்தைக் கொண்டுபோய்க் கொடுக்கச் சம்மதித்தார்.

மறுநாள் பொய்மான் கரட்டுக் குகையில் மானின் முழு உருவமும் தெரிந்தது. ஆகையால், தான் செங்கோடக் கவுண்டனுக்குக் கடிதம் கொடுக்கப் போன சமயத்தில் ஆசாமிகள் அச்சாமான்களை எடுத்துக்கொண்டு விட்டார்கள்! அவை என்னவாயிருக்கும்?

மறுபடியும் போலீஸ்காரர் ஏமாற விரும்பவில்லை. செங்கோடன் பொய்மான் கரடுக்குப் பின்னால் குமாரி பங்கஜாவைச் சந்தித்ததும் செங்கோடனுடைய குடிசையை நோக்கிச் சென்றார். மற்ற இரண்டு மனிதர்களும் அங்கே வருவார்கள் என்பது நிச்சயம். ஆகையால், முன்னாலேயே போய்க் கேணிக்கரை மேட்டில் தென்னை மரத்தின் பின்னால் மறைந்து கொண்டார். அங்கிருந்து பார்த்தால் குடிசையின் சமீபத்தில் சுற்றுப்புறமெல்லாம் நன்றாய்த் தெரியும். ஆனால், துரதிர்ஷ்டவசமாக அவர் எதிர்பாராதது ஒன்று நிகழ்ந்துவிட்டது. போலீஸ்காரர் போன திசையை மோப்பம் பிடித்துக்கொண்டு அவருடைய நாயும் செங்கோடனுடைய குடிசையை நோக்கி வந்தது. குடிசைக்குச் சமீபத்தில் அதன் குரைப்புச் சத்தமும், மரண ஓலமும் போலீஸ்காரருக்குக் கேட்டது. அவருடைய இரத்தம் கொதித்தது. ஆனாலும், கான்ஸ்டேபிள் சின்னமுத்துக் கவுண்டருக்கு டியூடி என்றால் டியூடிதான்; வேலை என்றால் வேலைதான்! ஒரு பெரிய மர்மத்தைக் கண்டுபிடிக்கப் போகிற கட்டத்தில் தம்மை வெளிப்படுத்திக் கொண்டு, காரியத்தைக் கெடுத்துவிட விரும்பவில்லை! நடந்ததையெல்லாம் பார்த்துக் கொண்டிருந்துவிட்டு வெளிப்பட வேண்டிய சமயத்தில் வெளிப்பட்டு வந்தார்.

குடிசைக்கு வெளியில் செங்கோடனை நிற்கச் சொல்லிவிட்டுப் போலீஸ்காரர் உள்ளே போனார். சுற்றுமுற்றும் பார்த்தார். கீழே

விழுந்து கிடந்தவனையும் லாந்தர் வெளிச்சத்தில் கூர்ந்து கவனித்தார். கவனித்துவிட்டு அவர் வெளியில் வந்து செங்கோடனைப் பார்த்து, "ஏனப்பா! நீயா கொலை செய்தாய்? யாரோ பெண்பேய் தன்னைக் கொன்றதாகவல்லவா உள்ளே கிடக்கிறவன் பழி சொல்லுகிறான்?" என்றார்.

"ஐயோ! என்பேரிலா பழி சொல்லுகிறான்? எனக்கு ஒன்றும் தெரியாதே? நான் உள்ளேயே போகவில்லையே?" என்று பங்கஜா கூவினாள்.

"கொலைகாரி! ஏன் பொய் சொல்லுகிறாய்? என்னையும் இந்தக் கவுண்டனையும் சண்டைபோட விட்டுவிட்டு நீதானே குடிசைக்குத் தனியாகப் போனாய்?" என்றான் எஸ்ராஜ்.

"இப்படி அபாண்டமாய்ப் பொய் சொல்லுகிறாயே?" என்று பங்கஜா ஓவென்று அலறி அழத் தொடங்கினாள்.

சேலத்திலிருந்து போலீஸ் இன்ஸ்பெக்டர் முதலிய மேலதிகாரிகள் இரவுக்கிரவே வந்து சேர்ந்தார்கள். போலீஸ் அதிகாரிகள் மட்டும் அல்ல. அக்கம்பக்கத்துக் கிராமங்களிலிருந்தும் ஜனங்கள் வந்து கூட ஆரம்பித்துவிட்டார்கள். செங்கோடனுடைய புதையலை யாரோ திருடன் அடித்துக்கொண்டு போகப் பார்த்தான் என்றும், அதற்காகச் செங்கோடன் அவனைக் கொன்றுவிட்டான் என்றும் அக்கம் பக்கங்களில் வதந்தி பரவிவிட்டது.

ஜனங்களையெல்லாம் தடுத்துக் குடிசைக்குத் தூரத்தில் நிறுத்தி வைத்துவிட்டுப் போலீஸ் இன்ஸ்பெக்டரை மட்டும் கான்ஸ்டேபிள் உள்ளே அழைத்துச் சென்றார்.

பங்காருசாமியின் உதடுகள் இன்னும் ஏதோ முணுமுணுத்துக் கொண்டிருந்தன. "அந்தப் பெண்பிள்ளையை விடாதீர்கள்! அவள்தான் கொலைகாரி" என்ற வார்த்தைகள் இன்ஸ்பெக்டரின் காதிலும் விழுந்தன.

பிறகு காயம் பட்ட அந்த மனிதனை எடுத்துப் போவதற்கு இன்ஸ்பெக்டர் ஏற்பாடு செய்தார். செங்கோடன், எஸ்ராஜ், குமாரி பங்கஜா ஆகிய மூவரையும் கைது செய்து கையில் விலங்கு போட்டுக்கொண்டு போனார்கள்.

இதற்குள்ளே சிவராமலிங்கக் கவுண்டரின் குடும்பமெல்லாம் அங்கே வந்துவிட்டது! செம்பவளவல்லி செங்கோடனைப் பார்த்துப் பார்த்துக் கண்ணீர் பெருக்கினாள். அவளுடைய மனத்தில் சொல்ல முடியாத வேதனை குடிகொண்டிருந்தது என்பதை அவளுடைய

முகக்குறி தெரியப்படுத்தியது. வேதனை இல்லாமல் எப்படி இருக்கும்? இரண்டு நாளைக்கெல்லாம் கலியாணத்துக்குத் தேதி வைத்திருக்கிறபோது இந்த மாதிரி கொலைக் குற்றம் சாட்டி மாப்பிள்ளை கையிலே விலங்கு போட்டுக் கொண்டுபோனால் கலியாணப் பெண்ணின் உள்ளம் துடிக்காமல் என்ன செய்யும்?

வேதனைக்கு உள்ளாகியிருந்த செம்பவளவல்லிக்குச் செங்கோடக் கவுண்டன் ஜாடைமாடையாகவும் வாய் வார்த்தை மூலமாகவும் பலவிதமாக ஆறுதல் கூறினான்.

“நீ கொஞ்சங்கூடக் கவலைப்படாதே! என்னை ஏழு வருஷம் ஜெயிலில் போட்டாலும் சரி, திரும்பி வந்து உன்னையே கட்டிக் கொள்கிறேன்!” என்று அவன் சொன்னதைக் கேட்டவர்கள் சிரித்தார்கள்.

“எதற்காகச் சிரிக்கிறீர்கள்? சிரிப்பதற்கு என்னத்தைக் கண்டுவிட்டீர்கள்?” என்று செங்கோடன் அதட்டிவிட்டு, மறுபடியும் செம்பாவைப் பார்த்துச் சொன்னான்: “நான் இல்லாதபோது நீதான் வயல் காடுகளைப் பார்த்துக்கொள்ள வேண்டும். எல்லாவற்றையும் நீதான் கவனித்துக் கொள்ளவேண்டும். தெரிகிறதா? உன் அப்பா கவனிக்க மாட்டார்; அலட்சியமாய் இருந்துவிடுவார்; நீயும் அலட்சியமாய் இருந்துவிடாதே! என் சொத்தெல்லாம் இனிமேல் உன்னுடையதுதான். கேணி வற்றும்படி தண்ணீர் இறைத்துவிடப் போகிறார்கள்; ஒட்ட இறைத்துவிட்டால் தண்ணீர் ஊறாது. ஜாக்கிரதை! உன் அழகான தம்பிமார்கள் சோளக் கொண்டைகளைத் தீர்த்துவிடப் போகிறார்கள். கொல்லையில் கால் வைக்காமல் பார்த்துக்கொள். அப்படி ஏதாவது உன் தம்பிகள் செய்தார்களோ, தூக்கு மேடைக்குப் போனாலும் திரும்பி வந்து அவர்களுடைய முதுகுத் தோலை உரித்துப் போடுவேன்! ஜாக்கிரதையாய் இருக்கும்படி சொல்லிவை...!”

இப்படிச் செங்கோடன் சொல்லிக் கொண்டிருக்கும்போதே அவனைப் போலீஸ்காரர்கள் பிடித்து இழுத்துக் கொண்டு போனார்கள்!

செம்பா அங்கேயே விம்மிக் கொண்டு நின்றாள். அவளுக்குச் சமாதானம் சொல்லவே முடியவில்லை!

அத்தியாயம் – 17

மறுநாள் சேலத்தில் போலீஸ் இன்ஸ்பெக்டர் பிரகாசராவ் நாயுடு 374ஆம் நம்பர் கான்ஸ்டேபிள் சின்னமுத்துக் கவுண்டரைக் கூப்பிட்டு, "அப்பா 374! உன்னை என்னமோ என்று நினைத்துக் கொண்டிருந்தேன். நீ சுத்த உபயோகமற்றவன்!" என்றார்.

"வந்தனம், ஸார்! நான் உபயோகமற்றவனாய் இருந்தாலும் சுத்த உபயோகமற்றவன் என்றாவது சொன்னீங்களே! இந்தப் போலீஸ் இலாக்காவில் சுத்தமாயிருக்கிறதே பெரிய காரியந்தானே?" என்றார் நம்பர் 374.

"உனக்கு இப்போது வாய் அதிகமாகிவிட்டது. காரியத்தில் ஒன்றும் பிரயோஜனம் இல்லை!"

"இப்படிச் சொல்லிவிட்டீர்களே, ஸார்! உங்களிடம் நான் ஒப்புக்கொண்ட காரியத்தைச் செய்து முடித்தேனா, இல்லையா?"

"அப்படி என்ன பிரமாதமான காரியத்தைச் சாதித்து விட்டாய்?"

"பிரமாதமான காரியமோ என்னமோ, எனக்குத் தெரியாது, ஸார்! இந்த ஜில்லாவில் கள்ள நோட்டு நடமாடத் தொடங்கியிருப்பதாக நீங்கள் ஒரு நாள் சொல்லிக் கவலைப்பட்டீர்கள். நான் குற்றவாளிகளைக் கண்டுபிடித்துத் தருவதாக ஒப்புக்கொண்டேன். கண்டுபிடித்துக் கொடுத்தேனா, இல்லையா?"

"குற்றவாளிகளோடு, குற்றவாளியில்லாத 'இடியட்' ஒருவனையும் கண்டுபிடித்துக் கொடுத்திருக்கிறாய்! அவன் கேஸையே குட்டிச் சுவராக அடித்துவிடுவான் போல் இருக்கிறது."

"செங்கோடக் கவுண்டனைத்தானே சொல்லுகிறீர்கள்!"

"அவனையேதான்! அவனை உண்மை பேசச் செய்தால் ஒழிய, இந்த கேஸில் வீண் குழப்பம் ஏற்படும்."

"அவனையும் உடந்தைக் குற்றத்துக்காகப் பிடித்துத் தீட்டினால் போகிறது!"

"அவனையும் சேர்த்தால் கேஸ் உருப்படாமல் போய்விடும். நம் தரப்பில் அவன் சாட்சி சொன்னால் கேஸை ருசுப்படுத்துவது சுலபம்."

"இதில் என்ன கஷ்டம்? 'உன்னை மன்னித்துவிடுகிறோம்' என்று சொன்னால், நாம் சொல்லிக் கொடுக்கிறபடி சாட்சி சொல்லுகிறான்!"

"அது நடக்கிற காரியம் என்று தோன்றவில்லை. கிளிப் பிள்ளையைப் போல், 'நான் தான் கொன்றேன்; நான் தான் கொன்றேன்' என்று உளறிக் கொண்டிருக்கிறான். எதற்காக அப்படி உளறுகிறான் என்பதைக் கண்டுபிடிக்க வேண்டும். இதில் ஏதோ மர்மம் இருக்கிறது! நீ அவனுக்கு அந்தரங்கமானவனைப்போல் நடித்து உண்மையை அறிய வேண்டும்."

"பிரயத்தனப்பட்டுப் பார்க்கிறேன், ஸார்! ஆனால், உங்களுக்கு ஏதாவது சந்தேகம் தோன்றியிருக்கிறதா, எதற்காக அவன் அப்படி உளறுகிறான் என்று?"

"ஒரு சந்தேகம் தோன்றுகிறது. இந்தப் பெண் அழகு சுந்தரி இருக்கிறாளே - சினிமா உலகத்தையே ஒரு கலக்குக் கலக்கப் போகிற வருங்கால பிரபல நட்சத்திரம்! - இந்தக் குமாரி பங்கஜா கள்ள நோட்டுப் பங்காருசாமியைக் குத்திக் கொன்றுவிட்டதாக செங்கோடன் நினைத்துக் கொண்டிருக்கிறான்! அவள் பேரில் இந்தப் பைத்தியக்காரனுக்கு மோகம்போல் இருக்கிறது. அவளைக் காட்டிக்கொடாமல் காப்பாற்றுவதாக நினைத்துக் கொண்டு இவன் இப்படி பிதற்றுகிறான்...! இது என்னுடைய ஊகம். உனக்கு ஏதாவது ஊகம் தோன்றுகிறதா?"

"மன்னிக்கவேணும், ஸார்! எனக்கு ஒன்றும் தோன்றவில்லை."

"இதோ பார், சின்னமுத்து! நீ கூட எதையாவது மறைக்கப் பார்க்கிறாயோ, தெரிந்ததையெல்லாம் சொல்லாமல் இருக்கிறாயோ என்று எனக்குச் சந்தேகம் ஏற்படுகிறது."

"இல்லவே இல்லை, ஸார்! நான் எதற்காக மறைக்க வேணும்? இந்தக் கேஸில் உண்மை வெளியாகிக் குற்றவாளிகளுக்குத்

தண்டனை கிடைத்தால், எனக்குப் பிரமோஷன் கிடைக்கும் என்று ஆசைப்பட்டுக் கொண்டிருக்கிறேன்! எஜமான் முன்னமே வாக்குக் கொடுத்திருக்கிறீங்களே!"

"அதை நான் மறந்துவிடவில்லை. இந்தக் கேஸ் மட்டும் சரியாக ருசுவாகி குற்றவாளிகளுக்கு 'கன்விக்ஷன்' கிடைக்கட்டும்; உன்னை உடனே மேலே தூக்கிப் போடும்படி அவசியம் சிபாரிசு செய்கிறேன்!"

"எஜமான்! அவசரத்தில் என்னைத் தூக்கிப் போடுவதற்குப் பதிலாகத் தூக்கிலே போடச் சிபாரிசு செய்து விடாதிங்க!"

"சேச்சே! உன்னைத் தூக்கிலே போட்டால், அப்புறம் நம்ம டிபார்ட்மென்டு என்ன ஆகிறது?"

கான்ஸ்டேபிள் சின்னமுத்துக் கவுண்டர் இன்ஸ்பெக்டரின் அறையிலிருந்து வெளியில் சென்றபோது, "எல்லாம் இப்போது தேன் ஒழுகப் பேசுவீங்க! அப்புறம் 374ஆம் நம்பரை அடியோடு மறந்துவிட்டு உங்கள் சுயகாரியத்தைப் பார்த்துக் கொள்ளுவீங்க!" என்று முணுமுணுத்துக்கொண்டே போனார். ஆனாலும், தம்முடைய கடமையைச் செய்வதில் அவர் பின்வாங்கவில்லை. போலீஸ் லாக்அப்பில் இருந்த செங்கோடக் கவுண்டனிடம் சென்றார்.

"தம்பி! இப்படியெல்லாம் அநாவசியமாகப் பொய்யும் புளுகும் சொல்லி அகப்பட்டுக்கொண்டாயே? உன்னைப் பார்த்தால் எனக்குப் பரிதாபமாயிருக்கிறது!" என்றார்.

செங்கோடக் கவுண்டன் மேலே உச்சி மேட்டைப் பார்த்துக் கொண்டு "பொய்யும் புளுகும் சொல்லும் வழக்கம் எனக்குக் கிடையாது!" என்றான்.

"உண்மைதான் உனக்குப் பொய் சொல்லி வழக்கம் இல்லை. ஆகையினால்தான் முன்னுக்குப்பின் முரணாக உளறி அகப்பட்டுக் கொள்கிறாய்! பொய் சொன்னாலும் பொருந்தச் சொல்ல வேண்டுமல்லவா?"

செங்கோடன் போலீஸ்காரரின் முகத்தைக் கவலையுடன் பார்த்து, "அடியிலிருந்து ஒரே மாதிரிதானே சொல்லி வருகிறேன்?" என்றான்.

"என்னத்தைச் சொல்லி வருகிறாய்? 'பங்காருசாமியை நான் தான் கொன்றேன்' என்று உளறிக்கொண்டு வருகிறாய்! இல்லையா?"

"ஆமாம்; அது நிஜந்தானே!"

"பொறு! 'கத்தியினால் குத்திக் கொன்றேன்' என்றும் பிடிவாதமாய்ச் சொல்லிவருகிறாய், இல்லையா?"

"ஆமாம்; என் கையில் இருந்த கத்தியைக் கூடப் பார்த்தீங்களே?"

"உன் கையில் இருந்த கத்தியை என்னிடம் காட்டினாய். அதில் இரத்தம் தோய்ந்திருந்தது. உன் கையிலும் இரத்தக் கறை இருந்தது. இதெல்லாம் சரிதான். அந்தக் கத்தியினால் நீ பங்காருசாமியைக் குத்திக் கொன்றதாக என்னிடம் சொன்னதையே இன்ஸ்பெக்டரிடமும் சொன்னாயா?"

"ஆமாம்; அப்படித்தான் சொன்னேன். ஓர் எழுத்துக்கூட மாற்றிச் சொல்லவில்லை."

"இனிமேலும் அப்படிச் சொல்லப் போகிறாயா?"

"ஆமாம்; மாற்றிச் சொல்லுகிற வழக்கம் என்னிடம் இல்லை. அந்தக் குலத்தில் நான் பிறக்கவில்லை..."

"குலம் கிடக்கட்டும், தம்பி, குலம்! குலத்தினால் வரும் கேட்டை எவ்வளவோ நான் பார்த்தாகிவிட்டது. நாடாக்டர் வந்து இன்றைக்கு அவனைச் சோதனை செய்து பார்த்தார். பங்காருசாமியின் உடம்பில் கத்திக் குத்துக் காயமே இல்லை என்று சொல்லிவிட்டார்!"

செங்கோடக் கவுண்டன் திருதிருவென்று விழித்தான்.

"அது எப்படி? கத்தியில் இரத்தம் இருந்ததே?" என்றான்.

"தம்பி! கத்தியில் இருந்த இரத்தம் நாயின் இரத்தம்!" என்றார் போலீஸ்காரர்.

செங்கோடன் மறுபடியும் உச்சி மோட்டைப் பார்க்கத் தொடங்கினான்.

"பங்காருசாமியின் பின் தலையிலேதான் காயம் இருந்தது. அது கத்திக் காயம் இல்லை; கடப்பாறையினால் அடிபட்ட காயம்...!"

"ஓகோ! மறந்துபோய்விட்டேன். நல்லவேளை ஞாபகப் படுத்தினீங்க! கடப்பாரையினால்தான் அவன் தலையில் அடித்தேன். இப்போதுதான் நினைவு வருகிறது. கத்தியால் குத்தவில்லை. போலீஸ் ஐயா! கொஞ்சம் நான் இப்போது சொல்லுகிறதை எழுதிக் கொள்ளுங்கள்..."

"தம்பி! இப்படியெல்லாம் முன்னுக்குப்பின் விரோதமாக உளறினால் என்ன பிரயோஜனம்? யாரும் நம்ப மாட்டார்கள். இன்ஸ்பெக்டர் சவுக்கு எடுத்துக்கொண்டு வந்து உன்னைச்

செம்மையாய்த் தீட்டிவிடுவார்! முதுகுத்தோலை உரித்துவிடுவார். விரல் நகங்களில் ஊசியை ஏற்றுவார். என்னிடம் உண்மையைச் சொல்லிவிடு! நான் உன்னைத் தப்புவிக்கிறேன்! பயப்படாதே...!"

"நான் மட்டும் தப்பி என்ன பிரயோஜனம்?" என்று செங்கோடன் கவலையுடன் கூறினான்.

"இன்னும் யார் தப்ப வேண்டும்?" என்றார் போலீஸ்காரர்.

செங்கோடன், தான் தவறாகப் பேசிவிட்டதை உணர்ந்து வாயை இறுக மூடிக்கொண்டான்.

"நீயும் தப்ப வேண்டும்? செம்பவளவல்லியும் தப்ப வேண்டும். அவ்வளவுதானே?" என்றார் போலீஸ்காரர்.

செங்கோடன் மிகக் கோபமாக, "செம்பாவின் பெயரை இதில் இழுக்க வேண்டாம். இழுத்தால் உமக்கும் பங்காருசாமியின் கதிதான்! ஜாக்கிரதை!" என்றான்.

"அப்பனே! என்னிடம் ஏன் மறைக்கப் பார்க்கிறாய்? கிணற்று மேட்டிலிருந்து நான் எல்லாவற்றையும் பார்த்துக்கொண்டிருந்தேன். சகல விவரமும் எனக்குத் தெரியும். செம்பாவின் குற்றத்தை மறைப்பதற்காக நீ செய்த காரியங்கூடத் தெரியும்..."

"உன்னையும் அந்தக் கத்தியால் அங்கேயே கொல்லாமல் போனேனே?" என்றான் செங்கோடன்.

"போனது போய்விட்டது. இனி நடக்க வேண்டியதையல்லவா பார்க்க வேண்டும்? நீயும் தப்பித்துச் செம்பாவும் தப்பிக்க வேண்டுமென்றால் நடந்ததை நடந்தபடி என்னிடம் சொல்லிவிடு!" என்றார் போலீஸ்காரர்.

இன்னும் கொஞ்சம் நயத்தையும் பயத்தையும் கையாண்ட பிறகு செங்கோடன் வேறு வழியில்லையென்று தனக்குத் தெரிந்ததைச் சொன்னான். அவன் குடிசைக்குச் சற்று தூரத்தில் எஸ்ராஜுடன் சண்டை போட்டுக் கொண்டிருந்தபோது குடிசைக்குள்ளிருந்து, "ஐயோ! செத்தேன்!" என்ற குரல் கேட்டதல்லவா? உடனே அவன் சண்டையை நிறுத்திவிட்டுக் குடிசையை நோக்கி ஓடினான். கேணிக்கு அருகில் எதிரே ஓடி வந்த பங்கஜா அவன் பேரில் முட்டிக் கொண்டபடியால் சிறிது தாமதித்தான். அதே சமயத்தில் ஒரு நிழல் உருவம் குடிசையிலிருந்து வெளிப்பட்டதை அவன் கவனிக்க நேர்ந்தது. அது ஒரு பெண்ணின் உருவம் என்பதைக் கண்டு கொண்டான். அந்தப் பெண் உருவம் கையில் ஒரு பாத்திரத்தைத் தூக்கிச் சென்றது.

ஏற்கனவே, செங்கோடன் மனத்தில் செம்பா அங்கு வந்திருக்க வேண்டும் என்று எண்ணம் தோன்றியிருந்தது. இப்போது உறுதியாயிற்று. செம்பா தப்பிச் செல்வதற்கு அவகாசம் கொடுப்பதற்கென்றே சிறிது நேரம் பங்கஜாவுடனும் எஸ்ராஜுடனும் பேச்சுக் கொடுத்துக்கொண்டு நின்றான். பிறகு குடிசையை அணுகினான். அப்போது ஓர் உருவம் ஒரு கணம் தோன்றி மறைந்தது. இதனால் குழம்பிய மனத்துடன் குடிசை வாசலுக்குச் சென்று விளக்கை ஏற்றினான். குடிசையின் வாசற்படியில் இரத்தக் கரைக்குப் பக்கத்தில் சிவப்பான ஒரு பொருள் கிடந்தது. அது செம்பா அணிந்திருந்த வளையல் என்பதைக் கண்டுகொண்டான். அவசரமாக எடுத்து மடியில் வைத்துக் கொண்டான். இப்போது அவனுடைய மனத்தில் நிச்சயம் ஏற்பட்டுவிட்டது. செம்பாதான் உள்ளேயிருந்த ஆசாமியைக் குத்திக் கொன்றவள்; தான் புதைத்து வைத்த பணம் பறிபோகாமலிருப்பதற்காகவே இந்தக் கொலையை அவள் செய்துவிட்டாள்; அவள் கையில் எடுத்துப் போவது அடுப்பின் அடியில் தான் புதைத்து வைத்திருந்த செப்புக் குடந்தான்! தனக்காக இப்படிப்பட்ட காரியம் செய்த பெண்ணைக் காட்டிக் கொடாமல் எப்படியாவது காப்பாற்ற வேண்டும் என்று உறுதி கொண்டான். குடிசைக்கு உள்ளே போய்ப் பார்த்ததும் பங்காருசாமி கீழே கிடந்தது தெரிந்தது. அந்தப் பாவி இன்னும் செத்தபாடில்லை; தன்னைக் கொன்றவள் ஒரு பெண் என்பதாக முணுமுணுத்துக் கொண்டிருந்தான். ஆகவே, செம்பாவின் வளையல் அவளைக் கொலைக் கேஸில் மாட்டிவிடக்கூடிய தடையமாகலாம். இன்னும் ஏதாவது அப்படிப்பட்ட தடையம் கீழே கிடக்கிறதா என்று சுற்றுமுற்றும் பார்த்தான். பங்காருவின் பக்கத்தில் கிடந்த இரத்தம் தோய்ந்த கத்தியை எடுத்துக் கொண்டான். தரையில் சிதறிக் கிடந்த பண நோட்டுகள் அவனுடைய மனத்தைக் குழப்பின. அதைப்பற்றியெல்லாம் தெரிந்துகொள்வதற்கு முன்னால், முதலில் தன் மடியிலிருந்த செம்பாவின் வளையலைக் கிணற்றுக்குள் போடவேண்டும் என்று தோன்றியது. உடனே வெளியே ஓடி வந்தான். எஸ்ராஜையும் பங்கஜாவையும் பயமுறுத்திக் குடிசைக்கு வெளியிலேயே நிறுத்தி வைத்துவிட்டுக் கேணிக் கரைக்கு ஓடிவந்து வளையலைக் கேணியில் போட்டான். இரத்தம் தோய்ந்த கத்தியையும் கிணற்றில் போட்டுவிட வேண்டும் என்பது அவன் எண்ணம். அதற்குள்ளே போலீஸ்காரர் தோன்றிவிட்டார். செம்பவளவல்லியைக் காப்பாற்ற வேண்டும் என்ற ஆர்வத்தினால், 'நான் தான் கொன்றேன்!' என்று போலீஸ்காரரிடம் அவன்

அலறினான். பிறகு போலீஸ் ஸ்டேஷனில் இன்ஸ்பெக்டரிடமும் அதே மாதிரி வாக்குமூலம் கொடுத்தான்.

"ஐயா! போலீஸ்காரரே உள்ளது உள்ளபடி எல்லாவற்றையும் சொல்லிவிட்டேன். நீங்கள் கொடுத்த வாக்கை நிறைவேற்றுவீர்களா?" என்று கேட்டான் செங்கோடன்.

"நான் என்ன வாக்குக் கொடுத்தேன்?" என்றார் போலீஸ்காரர்.

"அதற்குள் மறந்துவிட்டீர்களா? உண்மையைச் சொன்னால் என்னையும் செம்பாவையும் தப்பித்து விடுவதாகச் சொன்னீங்களே! என்னைத் தூக்கிலே போட்டால்கூடப் பரவாயில்லை. செம்பாவை மட்டும் காப்பாற்றி விடுங்கள்!" என்றான்.

"ஏதோ என்னால் ஆனமட்டும் பார்க்கிறேன். ஆனால், நீயும் நான் சொல்லிக் கொடுக்கிறபடி இன்ஸ்பெக்டரிடம் சொல்ல வேண்டும். அப்போதுதான் செம்பாவைக் காப்பாற்ற முடியும்."

"என்ன சொல்ல வேண்டும்?"

"அவரிடம் செம்பாவின் பேச்சையே எடுக்காதே! குமாரி பங்கஜாவிடம் நீ மோகங் கொண்டிருந்ததாகவும், அவள் பேரில் சந்தேகம் ஏற்படாமல் இருப்பதற்காக நீ குற்றத்தை ஒப்புக் கொண்டதாகவும் சொல். திடுதிப்பென்று உடனே அவ்விதம் சொல்லிவிடாதே! இன்ஸ்பெக்டர் உன் கன்னத்தில் இரண்டு அறை கொடுத்துக் கேட்ட பிறகு சொல்!"

செங்கோடன் தன் கன்னத்தைத் தடவிப் பார்த்துக் கொண்டான். "இன்ஸ்பெக்டர் அடித்தால் ரொம்ப வலிக்குமா?" என்று கேட்டான்.

"அதிகமாக வலிக்காது; பேய் அறைகிறதுபோல் இருக்கும்!"

செங்கோடன் இன்ஸ்பெக்டரிடம் அப்படிச் சொல்ல வேண்டிய அவசியத்தைப் பற்றிப் போலீஸ்காரர் மேலும் வற்புறுத்திய பிறகு ஒருவாறு ஒப்புக்கொண்டான்.

"போலீஸ்கார ஐயா! இந்த விஷயம் செம்பாவின் காதில் விழுந்தால் என்ன செய்கிறது?" என்று கேட்டான்.

"எந்த விஷயம்?"

"நான் குமாரி பங்கஜாவைக் காதலித்தேன் என்று ஒப்புக் கொண்டது!"

"அதைப்பற்றிச் சமாதானம் சொல்வதற்கு உனக்கு வேண்டிய அவகாசம் கிடைக்கும். கலியாணம் ஆன பிறகு ஆயுள் முழுதும் சமாதானம் சொல்லிக் கொண்டிருக்கலாம்."

"அது போனால் போகட்டும். செம்பாவைப் பார்த்து எனக்காக ஒரு விஷயம் மட்டும் சொல்லிவிடுங்கள். செப்புக் குடத்தில் இருந்த எட்டு நூறு ரூபாயையும் பத்திரமாய் வைத்திருக்கச் சொல்லுங்கள். என்னுடைய கேஸுக்காக ஒரு காலணா கூடச் செலவழிக்க வேண்டாம். நடக்கிறது நடக்கட்டும்!"

"நல்ல கருமி அப்பா, நீ!"

"செம்பாவின் தம்பிகள் சோளக் கொல்லையில் புகுந்து அழித்துவிடப் போகிறார்கள்! நன்றாய் முற்றுவதற்கு முன்னால் ஒரு சோளக்கொண்டைகூடப் பறிக்கக் கூடாது. அப்படி அந்த வாண்டுகள் இளஞ் சோளக் கொண்டையைப் பறித்ததாகத் தெரிந்தால் வந்து அவர்களுடைய மென்னியை முறித்துக் கொன்றுவிடுவேன் என்று சொல்லுங்கள்!"

"போதும்; நீ ஒரு கொலை செய்ததே போதும்! உன் பணத்துக்கும் ஆபத்து வராது. சோளக் கொல்லைக்கும் ஆபத்து வராது. கவலைப்படாதே!" என்றார் போலீஸ்காரர்.

அத்தியாயம் – 18

போலீஸ்காரரர் சின்னமுத்துக் கவுண்டர் பிறகு அதே லாக் அப்பில் இன்னொரு அறையில் இருந்த குமாரி பங்கஜாவைப் பார்க்கச் சென்றார். போலீஸ்காரரைப் பார்த்ததும் பங்கஜா கண்ணீர் விட்டுக் கதறி அழுது விட்டாள். "நீங்கள் சொன்னதைக் கேட்காதபடியால் இந்தக் கதிக்கு வந்தேன். அந்தப் பாதகர்கள் என்னை இப்படிப் படுகுழியில் தள்ளிவிட்டார்கள்! நீங்கள் தான் என்னைக் காப்பாற்ற வேண்டும்!" என்றாள்.

"நடந்தது நடந்தபடி எல்லாவற்றையும் சொன்னால் உன்னைக் காப்பாற்றப் பார்க்கிறேன்! ஒரு விஷயத்தையும் என்னிடம் மறைக்கக்கூடாது!" என்றார் போலீஸ்காரரர்.

"இல்லை; மறைக்கவில்லை. உங்களிடம் சொல்லாமல் மறைத்து வைத்ததனால்தானே இப்படிப்பட்ட கதியை அடைந்தேன்! எல்லாவற்றையும் சொல்லிவிடுகிறேன்!" என்றாள் பங்கஜா. அவள் தட்டுத்தடுமாறி முன்னும் பின்னுமாய்ச் சொன்னதன் சாராம்சம் இதுதான்:

குமாரி பங்கஜாவும் அவள் குடும்பத்தினரும் மலாய் நாட்டிலிருந்து சொத்து சுதந்திரங்களைப் பறிகொடுத்து விட்டு வந்தவர்கள். வரும் வழியில் தகப்பனாரையும் பறிகொடுத்தாள். போலீஸ்காரரிடம் ஆரம்பத்தில் அவள் நாலு அணா யாசகம் வாங்கியதற்குக் கூறிய காரணமும் உண்மையேயாகும். இதற்கிடையில், பங்காருசாமி என்பவனிடம் அவளுக்கு அறிமுகம் ஏற்பட்டது. போலீஸ்காரரிடம் கேட்டதுபோல் அவனிடம் அரிசி வாங்க நாலு அணா கேட்டதிலிருந்து அந்த அறிமுகம் உண்டாகி வளர்ந்தது. பங்காருசாமி அடிக்கடி, "உன்னைப் போன்ற அழகும், முகவெட்டும் படிப்பும் புத்திசாலித் தனமும் உள்ள பெண் எதற்காக இப்படிப் பிச்சை எடுக்க

வேண்டும்? சினிமாவில் சேர்ந்தால் பிரபல நட்சத்திரமாகி லட்சக்கணக்காகப் பணம் சேர்க்கலாமே!" என்று போதனை செய்து வந்தான். அதிலிருந்து சினிமாவில் நடிக்கும் சபலம் அவளுக்கு ஏற்பட்டது. பங்காருசாமி அடிக்கடி அவளைச் சந்தித்துத் தூபம் போட்டு ஆசையை வளர்த்து வந்தான். குமாரி பங்கஜா மலாய் நாட்டில் சுயேச்சையாக வளர்ந்தவள். வரும் வழியில் பல அனுபவங்களைப் பெற்றவள். ஆகையால், அவளுக்கு மற்றப் பெண்களைப்போல் அவ்வளவு நாணம், அச்சம், சங்கோசம் முதலியவை இருக்கவில்லை. பங்காருசாமி ஒரு சமயம் அவளை ஒரு சினிமா முதலாளியிடம் அழைத்துப் போனான். அதே சமயத்தில் இன்னொரு பிரபல சினிமா நடிகை வந்திருந்தாள். அந்த நடிகை சிரித்தால் அரைப் பைத்தியம் மாதிரி இருந்தது; அழுதால் முழுப் பைத்தியம் மாதிரி இருந்தது. அவளைப்போல் பங்கஜாவுக்குச் சிரிக்கவும் அழவும் தெரியவில்லையென்று கருதியதால், சினிமாவில் சேர்த்துக்கொள்ள முடியாது என்று சொல்லி வருத்தத்துடன் திருப்பி அனுப்பிவிட்டார்கள்.

இதனால் அவள் ஏமாற்றம் அடைந்திருந்தபோதிலும் நிராசை அடையவில்லை. பங்காருசாமியும் தைரியப்படுத்தினான். தானே ஒரு படம் எடுக்கப் போவதாகவும் அதற்காகப் பணம் சேகரித்துக் கொண்டு வருவதாகவும் சொன்னான். படம் ஆரம்பிக்கும் வரையில் காலட்சேபத்துக்காக அவளிடம் பாக்கியிருந்த ஒரே ஒரு நகையான வைர அட்டிகையை விற்றுத் தருவதாகச் சொன்னான். பங்கஜா நம்பிக் கொடுத்தாள். பங்காருசாமியும் விற்றுக்கொண்டு வந்து பணத்தைக் கொடுத்தான். பங்கஜா அதைப் பத்திரமாய் வைத்திருந்தாள். அவசரச் செலவுக்காக ஐந்து ரூபாய் நோட்டு ஒன்றை எடுத்துப் போய்க் கடையில் சாமான் வாங்கினாள். கடைக்காரன் அந்த நோட்டை வாங்கி மேலும் கீழும் திருப்பிப் பார்த்தான். "அம்மா! இது கள்ள நோட்டு. யாரோ உன்னை ஏமாற்றி விட்டிருக்கிறான். முடியுமானால் அவனிடம் திருப்பிக் கொடுத்து வெள்ளி ரூபாயாக வாங்கு. இல்லாவிட்டால் நோட்டைக் கொளுத்திவிட்டுச் சும்மா இரு. போலீஸுக்குச் செய்தி தெரிந்தால் ஆபத்து வரும்!" என்று எச்சரிக்கை செய்து அனுப்பினான்.

பங்கஜா சொல்ல முடியாத கோபத்துடனும் தாபத்துடனும் உடனே வீடு திரும்பினாள். நோட்டுகளை அடுக்கி வைத்திருந்த பெட்டியை எடுத்துக்கொண்டு பங்காருசாமியைத் தேடிப் போனாள். வழியிலேதான் 374 ஆம் நம்பர் கான்ஸ்டேபிளைச் சந்தித்தாள். பார்த்துப் பேசாமல் போனால் சந்தேகம் ஏற்படும் என்று எண்ணி

வழக்கம்போல் பணம் கேட்டாள். பெட்டி திறந்து கொண்டதனால் போலீஸ்காரரின் சந்தேகத்துக்கு உள்ளானாள்.

பங்காருசாமியிடம் பங்கஜா கள்ள நோட்டுகளைத் திருப்பிக் கொடுத்துச் சண்டை பிடித்தபோது அவன் தானும் வேறொருவனிடம் ஏமாந்து போய்விட்டதாகக் கூறினான். அவனைக் கேட்டு வேறு நல்ல பணம் வாங்கித் தருவதாகக் கூறினான். அப்படி பங்காருவை ஏமாற்றியவனான எஸ்ராஜ் ஏற்கனவே கோ-ஆபரேடிவ் சங்கப் பணத்தைக் கையாடியவன். இப்போது சின்னமநாயக்கன்பட்டி கூடார சினிமாவில் எப்படியோ மானேஜர் வேலை சம்பாதித்துக் கொண்டிருந்தான். அவனைத் தேடிக்கொண்டு பங்காரு போனான். பங்காரு தப்பி ஓடி மறைந்துவிடப் போகிறான் என்ற பயத்தினால் பங்கஜாவும் அவன்கூடப் போனாள். சின்னமநாயக்கன்பட்டி கிராமத்தில் யாருக்கும் தன்பேரில் சந்தேகம் ஏற்படாமல் இருப்பதற்காகத் தான் பஞ்சாயத்து மானேஜர் என்றும், பங்கஜா தன் தங்கை என்றும் பங்காரு சொல்லிக் கொண்டான். எஸ்ராஜும் பங்காருவும் கள்ள நோட்டு அச்சிடுவதில் கூட்டாளிகள் என்று பங்கஜா அங்கே தெரிந்து கொண்டாள். எப்படியாவது தன்னுடைய பணத்தைத் திரும்பப் பெற்றுக்கொண்டு அவர்களிடமிருந்து தப்பித்துக்கொண்டு சேலம் போகலாம் என்று எண்ணியிருந்தாள்.

ஒருநாள் அவர்கள் சினிமாக் கொட்டகையில் டிக்கட் விற்கும் இடத்தில் கள்ள நோட்டுகளில் சிலவற்றைச் செலாவணி செய்வதற்காக வைத்திருந்தார்கள். அந்த இடத்துக்குப் போலீஸ்காரர் வந்து எட்டிப் பார்க்கவே இரண்டு ஆசாமிகளுக்கும் சந்தேகம் உண்டாகிவிட்டது. உடனே பழைய ஃபிலிம்கள் சிலவற்றைக் கள்ள நோட்டுகளுடன் சேர்த்து வைத்துக் கொளுத்திவிட்டார்கள். ஃபிலிம்கள் சீக்கிரம் தீப்பற்றி எரியுமாதலால் அப்படி செய்தார்கள். அன்றைக்குத்தான் செங்கோடக்கவுண்டன் கூடார சினிமாவில் செய்த கலாட்டாவும் நடைபெற்றது. அந்தப் பட்டிக்காட்டுக் கவுண்டன் மூலமாகத் தங்கள் காரியத்தை நிறைவேற்றிக் கொள்ளலாம் என்று எஸ்ராஜும் பங்காருவும் உத்தேசித்தார்கள். போலீஸுக்குச் சந்தேகம் ஏற்பட்டுவிட்டபடியால் கள்ள நோட்டு அச்சடித்த இயந்திரங்களையும் அச்சடித்த நோட்டுகளையும் அழித்துவிட எண்ணியிருந்தார்கள். அதற்குச் செங்கோடனின் கேணியும் குடிசையும் தக்க இடம் என்று கண்டுபிடித்தார்கள். அத்துடன் செங்கோடக் கவுண்டன் புதைத்து வைத்திருந்த பணத்தையும் கபளீகரம் செய்ய யத்தனித்தார்கள். இதற்கு உதவி செய்யும்படி குமாரி பங்கஜாவைக் கேட்டுக்கொண்டார்கள். அவள்

உதவி செய்து அந்தப் பட்டிக்காட்டானைத் தன் மோகவலையில் ஆழ்த்தி வைத்திருந்தால் காரியம் கைகூடிவிடும்; அவளுக்குச் சேரவேண்டிய பணமும் கிடைத்துவிடும். அதோடு எஸ்ராஜுக்குச் சென்னையில் சில சினிமா முதலாளிகளைத் தெரியும் என்றும், அவர்களிடம் பங்கஜாவை அழைத்துப் போய்ச் சிபாரிசு செய்வதாகவும் வாக்களித்தார்கள். அவர்களுடைய துர்போதனைக்குப் பங்கஜாவும் சம்மதித்தாள். அவர்கள் சொற்படியே போலீஸ்காரரிடம் செங்கோடனுக்குக் கடிதம் கொடுத்தனுப்பினாள். பங்கஜா - செங்கோடன் சந்திப்பில் என்ன நடக்கிறதென்று தெரிந்து கொள்ளப் போலீஸ்காரரும் அங்கு இருப்பார் என்றும் அச்சமயம் செங்கோடன் குடிசையில் தங்கள் காரியத்தைச் சாதித்துக் கொள்ளலாம் என்றும் நம்பியிருந்தார்கள். ஆனால், அவர்கள் எதிர்பார்த்ததற்கு மாறாகச் சில காரியங்கள் நடந்துவிட்டன. செங்கோடன் பொய்மான் கரடு உச்சியில் நின்றபோது தன் குடிசையில் வெளிச்சம் தெரிந்ததைப் பார்த்துவிட்டான். பார்த்து, குமாரி பங்கஜா தடுத்தும் கேளாமல் ஓடத் தொடங்கினான்.

"அதற்குப் பிறகு நடந்ததெல்லாம் உங்களுக்குத் தெரியுமே, கான்ஸ்டேபிள் ஸார்! எப்படியாவது என்னை இந்தத் தடவை காப்பாற்றிவிடுங்கள்! இனிமேல் இப்படிப்பட்ட போக்கிரிகளின் அருகிலும் போவதில்லை. பிச்சை எடுத்தாவது பிழைத்துக் கொள்கிறேன்!" என்று சொல்லிவிட்டுக் குமாரி பங்கஜா மறுபடியும் விம்மி விம்மி அழுதாள்.

அவள் அழுகையை நிறுத்தும்படி செய்வதற்குப் போலீஸ்காரர் மிகவும் பிரயாசைப்பட வேண்டியிருந்தது.

அத்தியாயம் – 19

மேற்படி கள்ள நோட்டு வழக்கு விஷயமாக இன்னும் இரண்டொரு துப்புகள் துலங்கவேண்டியது பாக்கி இருந்தது. அதற்காகப் போலீஸ்காரர் கொப்பனாம்பட்டிக்குப் போனார். சிவராமலிங்கக் கவுண்டரிடம் அவருடைய மகள் எப்பேர்ப்பட்ட இக்கட்டில் அகப்பட்டுக் கொண்டிருக்கிறாள் என்பதைத் தெரிவித்தார். எப்படியாவது செம்பாவின் பெயர் இந்த வழக்கில் அடிபடாமல் காப்பாற்ற வேண்டுமென்று கவுண்டர் ரொம்பவும் கேட்டுக் கொண்டார்.

செம்பவளவல்லி திக்பிரமை பிடித்தவள்போல் இருந்தாள். அவளுடைய மனத்தில் கேணியும், கேணிக்கரைக் குடிசையும், சோளத் தட்டைக் குவியலும், இரத்தம் தோய்ந்த கத்தியும், சாகும் நாயின் ஓலமும், குழிதோண்டும் மனிதர்களும், பயங்கர ஆயுதம் ஏந்திய போலீஸ்காரரும், சிதறிக் கிடந்த நோட்டுக்களும், கையில் விலங்கு பூட்டிய செங்கோடனும், அவனைப் போலீஸார் கொண்டுபோன போது தன்னைப் பார்த்த பார்வையும், அவன் சொன்ன வார்த்தையும் ஒரே குழப்பமாக வட்டமிட்டுச் சுழன்று கொண்டிருந்தன. எல்லாவற்றிலும் அதிகமாக அவள் மனக்கண் முன்னால் ஒரு செப்புக்குடம் - உள்ளே காலியான செப்புக்குடம் - வாயைப் பெரிதாகத் திறந்துகொண்டு காட்சி அளித்தது. அந்த வெறுங்குடம் மனக்கண் முன் தோன்றியபோதெல்லாம் அவளுடைய அடி வயிற்றில் என்னவோ வேதனை செய்தது.

இத்தகைய நிலைமையிலேதான் போலீஸ்காரர் வந்தார். அவரைப் பார்த்ததும் செம்பா பரபரப்புடன், "வாருங்கள்! நீங்கள் வருவீர்கள் என்று எதிர்பார்த்தேன்!" என்றாள்.

"அது எப்படி? எதற்காக?" என்று கேட்டார் போலீஸ்காரர்.

"எதற்காக, எப்படி என்று உங்களுக்கே தெரியும்!" என்றாள் செம்பா.

"ஓகோ! அப்படியா?"

"உங்களிடம் ஒன்று கேட்க வேண்டும் என்றிருந்தேன். கேட்கட்டுமா?"

"பேஷாய்க் கேட்கலாம்."

"அவர் எதற்காக 'நான் தான் கொலை செய்தேன்', 'நான்தான் கொலை செய்தேன்' என்று கத்தினார்? என்னைக் காப்பாற்றுவதற்காகத் தானே?"

"ஆமாம்."

"நான் செய்திருப்பேன் என்று அவருக்கு எப்படித் தோன்றியது?"

"நீ குடிசையிலிருந்து வெளியேறியதைச் செங்கோடன் பார்த்துவிட்டான். அதைத் தவிர இன்னொரு காரணமும் உண்டு. அவன் லாந்தரைக் கொளுத்திக் கொண்டு குடிசைக்குள் புகுந்தபோது வாசற்படியில் உடைந்த வளையல் ஒன்று கிடந்தது. அது உன்னுடையதுதான் என்பது அவனுக்குத் தெரிந்துவிட்டது... பின்னே தெரியாமல் இருக்குமா?"

செம்பா தன்னுடைய கைகளைப் பார்த்துக் கொண்டாள்.

"உன்னுடைய ஒரு கையில் சிவப்பு வளையல் இருக்கிறது. இன்னொரு கையில் இல்லை. மற்றவர்கள் கண்ணில் இது பட்டிருந்தால் ஆபத்தாய்ப் போயிருக்கும்!" என்றார் போலீஸ்காரர்.

"அப்புறம்? அந்த வளையல் என்ன ஆயிற்று?" என்று செம்பா ஆவலோடு கேட்டாள்.

"செங்கோடன் அதை ஒருவரும் அறியாமல் சட்டென்று மடியில் எடுத்துக் கொண்டு கேணிக்கரைக்கு ஓடி வந்து மடியை உதறினான். வளையல் கேணியில் விழுந்தது."

"எவ்வளவு சாமர்த்தியமாகச் செய்திருக்கிறார்! என் பேரில் என்ன கரிசனம்! என்ன அன்பு! அவருக்கு என்னால் இப்படி நேர்ந்துவிட்டதே!" என்று சொல்லிவிட்டுச் செம்பா கண்ணீர் பெருக்கினாள்.

"வேண்டாம், செம்பா! உன் செங்கோடனுக்கு ஆபத்து ஒன்றும் வராது. அவனை விடுதலை செய்து கொண்டு வந்து சேர்க்க நான் இருக்கிறேன். வருத்தப்படாதே!" என்றார் போலீஸ்காரர்.

செம்பா போலீஸ்காரரை ஏறிட்டுப் பார்த்து, "நான் அதற்காக வருத்தப்படவில்லை. அவரை நீங்கள் காப்பாற்றிவிடுவீர்கள் என்று எனக்குத் தெரியும். அப்படி நீங்கள் செய்யாவிட்டால் நான் கோர்ட்டில் வந்து நடந்ததை நடந்தபடி சொல்கிறது என்று தீர்மானித்திருந்தேன்."

போலீஸ்காரர் சிறிது திடுக்கிட்டு, "அதெல்லாம் வேண்டாம். நீ கோர்ட்டுக்கு வந்தால் வீண் சிக்கல் ஏற்படும். செங்கோடனைக் காப்பாற்றுவதற்கு நான் ஆயிற்று!" என்றார்.

"அதற்காக நான் வருத்தப்படவில்லையென்றுதான் சென்னேனே!"

"பின்னே எதற்காக வருத்தம்? எதற்காகக் கண்ணீர்?"

"அப்படி எனக்காகத் தம் உயிரைக் கொடுக்கத் துணிந்தவருக்கு நான் பதில் என்ன சொல்லப் போகிறேன்! திரும்பி வந்ததும் பணக்குடம் எங்கே என்று கேட்பாரே?"

"ஏன், பணக்குடம் எங்கே? பத்திரமாய் வைத்திருக்கிறாய் அல்லவா?"

"குடம் பத்திரமாக ஐயனார் கோயில் குட்டையில் கிடக்கிறது. அதனால், என்ன பிரயோஜனம்? அந்தக் குடத்தை அவசரமாய்த் தூக்கிக்கொண்டு ஓடினேன் அல்லவா? கொஞ்ச தூரம் போன பிறகுதான் அது கனக்கவே இல்லை என்பது ஞாபகத்துக்கு வந்தது. உடனே நிலா வெளிச்சத்தில் குடத்துக்குள் பார்த்தேன். குடம் காலியாயிருந்தது! அதைப் பார்த்து என் மூளை குழம்பிவிட்டது. நின்ற இடத்திலேயே நின்று கொண்டிருந்தேன். ஊர்க்காரர்கள் ஓடி வரும் சத்தம் கேட்டுக் குடத்தைக் குட்டையில் போட்டுவிட்டு அவர்களோடு நானும் சேர்ந்துகொண்டேன். கவுண்டர் விடுதலையாகித் திரும்பி வந்து, 'குடத்தில் இருந்த பணம் எங்கே?' என்று கேட்டால் என்ன பதில் சொல்லுவேன்? நான் பணத்தை பத்திரமாய் வைத்திருப்பேன் என்ற நம்பிக்கையுடன் அவர் இருப்பாரே! அவருடைய கேஸுக்காகக் காலணா செலவழிக்க வேண்டாம் என்று சொல்லியனுப்பியிருக்கிறாரே! அரும்பாடுபட்டுச் சேர்த்த எண்ணூறு ரூபாயும் போய்விட்டது என்று தெரிந்தால் அவருக்கு எப்படி இருக்கும்? என்னிடம் அவருக்குள்ள அன்பெல்லாம் விஷமாய் மாறிவிடுமே!" என்று செம்பா புலம்பினாள்.

அத்தியாயம் – 20

கதை சொல்லிக்கொண்டே வந்த மோட்டார் டிரைவர் வண்டியை நிறுத்தியதும், மறுபடியும் 'பொய்மான் கரடு'க்குச் சமீபம் வந்திருக்கிறோம் என்று தெரிந்து கொண்டேன். இடது பக்கத்தில் செங்குத்தாகக் கரிய குன்று நின்றது. மழைக்கால இருட்டுச் சூழ்ந்திருந்த படியால் குகையும் மானும் கண்ணுக்குத் தெரியவில்லை. கார் செல்லும் சத்தமும் கதை சொன்ன குரலும் நின்றவுடனே மழைத் தூற்றலின் சளசளச் சத்தமும் பூமியில் மழை விழுந்ததும் எங்கிருந்தோ கிளம்பும் ஆயிரக்கணக்கான சிறிய ஜீவராசிகளின் கதம்பக் குரலும் சேர்ந்து கேட்டன.

"இப்போது இங்கே நின்று என்ன உபயோகம்? இருட்டில் ஒன்றும் தெரியவில்லையே?" என்றேன்.

இப்படிச் சொல்லி வாய் மூடுவதற்குள்ளே பளிச்சென்று ஒரு பெரிய மின்வெட்டுத் தோன்றிச் சுற்றிலும் சூழ்ந்திருந்த காரிருளை அகற்றிக் குன்றுக்கு வெளிச்சம் போட்டுக் காட்டியது. அவ்விதம் மின்னிய நேரத்தில் பொய்மான் குகைக்குள்ளே நெளிந்து நெளிந்து ஒரு பளபளப்பான கயிறு சென்றதையும், குகைக்குள்ளிருந்து கிறீச் சென்று சத்தமிட்டுக்கொண்டு ஒரு சிறிய பிராணி வெளிப்பட்டு ஓடிவந்ததையும் பார்த்தோம். பாம்புக்குப் பயந்து அந்தக் குகைக்குள்ளிருந்த மான் வெளியே ஓடி வந்ததாகவே தோன்றியது. அடுத்த நிமிஷம் மறுபடியும் நாற்புறமும் அந்தகாரம் சூழ்ந்து கொண்டது. கரிய பாறை மட்டும் பயங்கரமாக நின்றது.

மின்னலில் கண்ட காட்சி என்னைச் சிறிது அரட்டி விட்டது என்பதை ஒப்புக்கொள்கிறேன். "சரி போகலாமே. இருட்டில் இங்கே என்னத்தைப் பார்க்கிறது?" என்றேன்.

வண்டி நகரத் தொடங்கியது. சாலையில் வலப்புறத்தில் இருந்த குடிசைகளில் இருட்டும் நிச்சப்தமும் குடி கொண்டிருப்பதைக் கவனித்தேன். "இந்தக் குடிசைகளையே பார்க்க முடியவில்லையே! அரை மைல் தூரத்திலுள்ள செங்கோடக் கவுண்டரின் குடிசை எங்கே தெரியப் போகிறது? மழை இல்லாமல் நிலவு நாளாக இருந்தால் குன்றின் மேல் ஏறிப் பார்த்திருக்கலாம்" என்று நான் சொல்லிக் கொண்டிடே இருக்கையில், மோட்டார் திடீரென்று ஒரு திரும்புத் திரும்பி வளைந்து சாலையோரத்து மரத்தில் மோதிக்கொள்ளப்போய் மறுபடியும் வேகமாக வளைந்து திரும்பி நடுச்சாலைக்கு வந்தது.

அந்த மழையிலும் குளிரிலுங்கூட எனக்கு உடம்பு வியர்த்து விட்டது. "என்ன? என்ன?" என்று பக்கத்திலுள்ள மோட்டார் சாரதியின் காது செவிடுபடும்படி கத்தினேன்.

"ஒன்றுமில்லை, ஸார்! பதறாதீங்க! ஒரு நாய் குறுக்கே ஓடியது. அதன்மேலே வண்டி ஏறாமலிருப்பதற்காக வளைத்துத் திருப்பினேன்" என்றார் மோட்டார் டிரைவர்.

இதைக் கேட்டதும் எனக்கு வந்த கோபத்துக்கு அளவேயில்லை.

"என்ன அப்பா, நீ! ஒரு நாயைக் காப்பாறுவதற்காக மனிதர்களைக் கொன்றுவிடுவதற்குப் பார்த்தாயே? அழகாயிருக்கிறது!" என்றேன்.

"அது எப்படி, ஸார்! நாயும் உயிருள்ள ஜீவன் தானே? மனிதனுடைய உயிரைக்காட்டிலும் நாயின் உயிர் எந்த விதத்தில் மட்டம்?" என்றார் டிரைவர்.

இதற்கு என்னால் பதில் சொல்ல முடியவில்லை.

கார் போய்க்கொண்டே இருந்தது.

மழைத் தூற்றல் போட்டுக்கொண்டேயிருந்தது.

சேலம் ஜங்ஷன் நெருங்கிக் கொண்டேயிருந்தது.

கதையின் முடிவைத் தெரிந்துகொள்ள என் ஆவல் வளர்ந்து கொண்டேயிருந்தது.

"கொஞ்சம் நான் அஜாக்கிரதையாயிருந்திருந்தால் அந்த நாய் செத்துப் போயிருக்கும்! ஒரு மயிரிழையில் அது தப்பியது" என்றார் டிரைவர்.

"இன்னும் கொஞ்சம் மோட்டாரை வளைத்திருந்தால் நாமே பைஸலாகியிருப்போம்!" என்று சொன்னேன்.

"அதெல்லாம் இல்லை, ஸார்! மனித உயிர் ரொம்ப கெட்டி! அவ்வளவு இலகுவாகச் சாவு வந்துவிடாது!"

"அப்படியே சாவு வந்தாலும் கதையின் முடிவைத் தெரிந்து கொண்ட பிறகு வந்தால் எனக்குக் கவலையில்லை!" என்றேன்.

"அதற்கென்ன, சொல்கிறேன். கதை கொஞ்சந்தான் பாக்கி இருக்கிறது!" என்றார் டிரைவர்.

பணத்தைக் காணோமே என்று கவலைப்பட்ட செம்பவள வல்லிக்குப் போலீஸ்காரர் சின்னமுத்துக் கவுண்டர் ஆறுதல் கூற முயன்றார்.

"செங்கோடன் இப்படிப்பட்ட இக்கட்டான நிலைமையில் இருக்கும்போது கேவலம் பணத்தைப் பற்றி நீ கவலைப்படுகிறாயே? பணம் கிடக்கட்டும், தள்ளு!" என்று சொன்னார்.

இது செம்பவளவல்லியின் காதில் கொஞ்சமும் ஏறவில்லை.

"நீங்கள்தான் போலீஸ்காரர் ஆச்சே! பணத்தைக் கண்டுபிடித்துக் கொடுங்கள். இல்லாவிட்டால், கோர்ட்டில் வந்து நடந்தது நடந்தபடியே சொல்லிவிடுவேன்!" என்றாள்.

"சொன்னால் செங்கோடனுக்குப் பதில் நீ கொலை கேஸில் அகப்பட்டுக்கொள்வாய். அவ்வளவுதானே? அதில் என்ன பிரயோஜனம்?"

"நான் ஏன் மாட்டிக்கொள்கிறேன்? கதவிடுக்கில் மறைந்து நின்று கடப்பாரையினால் மண்டையில் ஓங்கிப் போட்டவர் அல்லவா அகப்பட்டுக்கொள்ள வேண்டும்? உங்களை நான் பார்க்கவில்லை என்று நினைத்தீர்களா?" என்றாள் செம்பா.

போலீஸ்காரர் திடுக்கிட்டுப் போனார். ஏனெனில், செம்பா சொன்னது உண்மையேயாகும். போலீஸ்காரர் அன்று மாலை பங்காருவுக்கும் எஸ்ராஜுக்கும் முன்னதாகவே கேணிக்கரைக்கு வந்துவிட்டார். அந்தப் போக்கிரிகள் குடிசைக்குள் என்ன செய்கிறார்கள் என்பதைக் கவனித்துக்கொண்டிருந்தார். அரை குறையாக அச்சடித்த கள்ள நோட்டுகளை ஃபிலிம்களுடன் சேர்த்துக் கொளுத்தியதைப் பார்த்தார். உள்ளே அச்சமயம் நுழையலாமா, வேண்டாமா என்று யோசித்துக் கொண்டிருந்தபோது, செங்கோடன் - பங்கஜா இவர்களின் பேச்சுக் குரல் கேட்டது. பிறகு எஸ்ராஜ் விளக்கை அணைத்துவிட்டு வெளியேறினான். அதுதான் குடிசைக்குள்ளே நுழைந்து பங்காருவைக் கையும் களவும் கள்ள

நோட்டுமாகப் பிடிக்கத் தக்க சமயம் என்று நினைத்து உள்ளே பிரவேசித்தார். ஆனால், தம் பின்னோடு இன்னும் யாரோ ஒருவர் வரும் சத்தம் கேட்டுக் கதவின் இடுக்கில் ஒளிந்து கொண்டார்.

வருவது ஒரு பெண் என்று அறிந்ததும் அவருக்கு ஒரே வியப்பாகிவிட்டது. அவள் யார், எதற்காக அங்கே வருகிறாள் என்று தெரிந்துகொள்ளும் ஆவல் ஏற்பட்டது.

வந்தவள் உள்ளே வந்து அவசரமாகச் செப்புத் தவலையை எடுத்தாள். பங்காரு திரும்பிப் பார்த்து அவளுடைய சேலைத் தலைப்பைப் பற்றினான். கத்தியை எடுத்துக் குத்துவதற்கு ஓங்கினான் - இவை யாவும் கண் மூடித் திறக்கும் நேரத்தில் நடந்துவிட்டன. போலீஸ்காரருடைய புத்தி பிரமாதமான அவசரத்தில் வேலை செய்தது. பங்காருவுக்குப் பின்னால் கிடந்த கடப்பாரையைச் சட்டென்று எடுத்து அவன் பின் தலையில் ஓங்கிப் போட்டார். பங்காரு, "ஐயோ!" என்று கத்திக்கொண்டு தரையில் விழுந்தான். அவன் இருட்டில் பார்த்தது ஒரு பெண்பிள்ளையைத்தான். அந்தப் பெண் குமாரி பங்கஜாவாக இருக்கவேண்டும் என்று தவறாகத் தீர்மானித்துக் கொண்டான். அவளே தன் தலையில் அடித்தவள் என்று எண்ணிக்கொண்டு தரையில் விழுந்தான். ஆகையினாலேயே பின்னால் அவன் குமாரி பங்கஜாவின் மேல் குற்றம் சாட்டினான்.

செம்பா கையில் தவலையை எடுத்துக்கொண்டு பங்காருவின் பிடியை உதறிக்கொண்டு கிளம்பியபோது, கதவின் இடுக்கில் ஓர் உருவம் கடப்பாரையை ஓங்கிக் கொண்டு நிற்பதைப் பார்த்துவிட்டாள். அப்படி நின்றவர் யார் என்று தெரியவில்லை. ஆனால், அவருடைய போலீஸ் உடை மட்டும் அவளுடைய மனத்தில் பதிந்திருந்தது. அவசரத்திலும் பீதியிலும் அப்போது அதைப்பற்றி யோசிக்க முடியவில்லை. பின்னால் யோசித்துப் பார்த்து, பார்த்து இப்படி இப்படி நடந்திருக்க வேண்டும் என்பதை ஒருவாறு ஊகித்துக் கொண்டாள்.

தாம் கதவருகில் நின்றதைச் செம்பா பார்த்தாளா இல்லையா என்பதைப் பற்றிப் போலீஸ்காரருக்குக் கொஞ்சம் சந்தேகம் இருந்தது. அது இப்போது தெளிந்துவிட்டது.

"ஐயா! பணத்தைக் கொண்டு வந்து கொடுத்துவிடுங்கள்" என்றாள் மறுபடியும் செம்பா.

"பணமா? நான் எங்கே போக?"

"நீங்கள்தான் பணத்தை எடுத்திருக்க வேண்டும்!"

"என்னைத் திருடன் என்றா சொல்லுகிறாய்?"

"நான் சொல்லவில்லை. நீங்களேதான் ஒப்புக்கொண்டீர்களே!"

"அது எப்போது?"

"அன்றைக்கு அவரிடம் நீங்கள் போலீஸ்காரன் வேஷத்திலேகூட 'திருடன் வருவான்' என்று சொல்லவில்லையா? அதை நான் ஒட்டுக்கேட்டுக் கொண்டிருந்தேன்."

"செம்பா! நீ பலே கெட்டிக்காரி. இவ்வளவு சாமர்த்திய சாலியாயிருந்துகொண்டு அந்த அசட்டுச் செங்கோடனைப் போய்க் கலியாணம் செய்துகொள்ளப் போகிறாயே, அதை நினைத்தால்தான் வருத்தமாயிருக்கிறது!"

"சிலரைப் போல புத்திசாலிகளாயிருப்பதைக் காட்டிலும் அவரைப்போல் அசடாயிருப்பதே மேல்!"

"அது உன் தலை எழுத்து! எப்படியாவது போ! செங்கோடன் சீக்கிரம் திரும்பி வருவான். உன் கலியாணத்தன்று பணமும் சீதனமாகக் கிடைக்கும்!" என்றார் போலீஸ்காரர்.

அத்தியாயம் – 21

செங்கோடன் மீது குற்றம் ஒன்றுமில்லை என்று போலீஸ் அதிகாரிகளே அவனை விடுதலை செய்துவிட்டார்கள். கள்ள நோட்டு வழக்கில் அவனைச் சாட்சியாகவும் உபயோகித்துக் கொண்டார்கள். எல்லாம் முடிந்த பிறகு ஒரு நல்ல முகூர்த்தத் தேதியில் செங்கோடனுக்கும் செம்பவளவல்லிக்கும் திருமணம் நடந்தது.

புதிய தம்பதிகள் கேணிக்கரைக் குடிசையில் தனிக் குடித்தனம் நடத்த ஆரம்பித்த அன்று மாலை செங்கோடன் தன் அருமை மனைவியைப் பார்த்து, "செம்பா! நான் இனிமேல் அடிக்கடி சினிமாவுக்குப் போகிறதென்று உத்தேசித்திருக்கிறேன். உன்னையும் அழைத்துப் போவேன்!" என்றான்.

"நன்றாயிருக்கிறது! உங்களுக்குப் பைத்தியமா, என்ன? நாளைக்கு நமக்கு இரண்டு குஞ்சு குழந்தைகளைப் பழனியாண்டவன் கொடுக்கமாட்டானா? அவர்களுக்கு ஏதாவது தேடி வைக்க வேண்டாமா? சினிமாவிலும் கினிமாவிலும் பணத்தைத் தொலைத்துவிடலாம் என்று பார்க்கிறீர்களா?" என்று செம்பா கேட்டாள்.

"பணம் கிடக்கிறது, பணம்! சின்னமநாயக்கன் பட்டியில் கூடார சினிமா நடந்தால் அதற்கு நான் கட்டாயம் போவேன். இல்லாவிட்டால் சேலத்துக்காவது போய் சினிமா பார்த்துவிட்டு வருவேன்..."

"அதெல்லாம் உதவாது. நான் உங்களைப் போகவிட மாட்டேன். சினிமாவில் பார்க்கிற ராஜா - ராணியாக நாமே இருந்தால் போகிறது. நீங்கள் ராஜா செங்கோடக் கவுண்டர்; நான் ராணி செம்பவளவல்லி...!"

"சேச்சே! என்னையும் உன்னையும் எதற்காக அவ்வளவு கேவலப்படுத்திக் கொள்கிறாய்? சினிமாவிலே

வருகிற ராணிகள் உன் கால்தூசி பெறுவார்களா, செம்பா? ஒருநாளும் இல்லை. அதற்காக நான் சொல்லவில்லை. நீ அன்றைக்கு ஒருநாள் என்னை, 'சினிமா பார்த்துவிட்டு வா' என்று சொன்னாயல்லவா? நானும் உன் ஏச்சுக்குப் பயந்து போனேன் அல்லவா? அங்கே பொய்மான் கரடுக்குச் சமீபமாகக் குமாரி பங்கஜா என்பவளைப் பார்த்தேன் அல்லவா? அவளைப் பார்த்துப் பேசி, அவளுடன் பழகிய பிறகுதான் உன்னுடைய மகிமை எனக்கு நன்றாய்த் தெரிய வந்தது. செம்பா! உன்னைப் பெறுவதற்கு நான் எவ்வளவோ தவம் செய்திருக்க வேண்டும்! பழனியாண்டவனுடைய கிருபையினால் தான் உன்னை நான் மனைவியாக அடைந்தேன். ஆனாலும், உன்னை அடைந்தது எவ்வளவு பெரிய அதிர்ஷ்டம் என்று அந்தக் கூடார சினிமாவுக்குப் போகாமலிருந்தால் - எனக்குத் தெரிந்திராது. என்னுடைய பணத்தைப் பாதுகாப்பதற்காக நீ எவ்வளவு பெரிய அபாயமான காரியத்தில் தலையிட்டாய்!" என்று செங்கோடன் மனமுருகிக் கூறினான்.

"நானும் உங்களை அதனால்தான் நன்கு அறிந்து கொண்டேன். என்னைக் காப்பாற்றுவதற்காக நீங்கள் கொலைக் குற்றத்தைக்கூட ஒப்புக்கொண்டீர்களே! என் பேரில் உங்களுக்கு எவ்வளவு அந்தரங்க அபிமானம் இருக்க வேண்டும்!" என்றாள் செம்பா.

"அது ஒன்றும் உனக்காக இல்லை. அந்தப் போலீஸ்காரர் திடீரென்று என் முன்னால் தோன்றவே மிரண்டுபோய் அப்படி உளறிவிட்டேன்!" என்றான் செங்கோடன்.

"உடைந்து கிடந்த என் வளையலை அவ்வளவு ஜாக்கிரதையாய்க் கொண்டுபோய்க் கிணற்றில் போட்டீர்களே, நான் கொலைகாரி என்று எண்ணியபோதும் என் பேரில் பிரியமாயிருந்தீர்களே! இதற்கு நான் எத்தனை ஜன்மம் எடுத்து உங்களுக்கு உழைத்தாலும் போதாது. என் கடன் தீராது!" என்றாள் செம்பா.

"தீராமல் என்ன? ஒரு பிள்ளைக் குழந்தையைப் பெற்றுக் கொடு; கடன் அவ்வளவும் தீர்ந்துவிடும்."

"அப்படியானால் பெண் குழந்தையே தரும்படி அம்மனைப் பிரார்த்திப்பேன், பெண் என்றால் மட்டமா? நானும் பெண்தானே!"

"நீ பெண்தான். அதனால், எல்லாப் பெண்களும் உன்னைப் போல ஆகிவிடுவார்களா? அந்தக் குமாரி பங்கஜாவையே எடுத்துக் கொள்ளேன், அவளைப் பெண் பேய் என்று பங்காரு சொன்னது சரிதான். நான்கூட முதலில் கொஞ்சம் ஏமாந்துவிட்டேன்.

பொய்மானை நிஜமான் என்று எண்ணிவிட்டேன். ஆனால், அந்தப் போலீஸ்காரர் அவளிடம் என்னத்தைக் கண்டாரோ, தெரியவில்லை. மூன்று மாதம் ஜெயிலில் இருந்துவிட்டு வந்தவளைக் கலியாணம் செய்துகொண்டிருக்கிறார். அந்தப் போலீஸ்காரருக்கு வேலை போய்விட்டது என்று உனக்குத் தெரியுமோ, இல்லையோ?"

இவ்விதம் செங்கோடக் கவுண்டனும் செம்பாவும் பேசிக் கொண்டிருந்த அதே சமயத்தில் மாஜி போலீஸ் கான்ஸ்டேபிள் சின்னமுத்துக் கவுண்டரும் குமாரி பங்கஜாவும் ஆனந்தமாக உரையாடிக் கொண்டிருந்தார்கள்.

"அந்தப் பங்காரு, எஸ்ராஜ் இவர்களுடன் சில நாள் பழகியதும் நல்லதாய்ப் போயிற்று. அப்படிப் பழகியிராவிட்டால் உலகில் எவ்வளவு பொல்லாத தூர்த்தர்கள் இருக்கிறார்கள் என்று எனக்குத் தெரிந்திராது. உங்களுடைய பெருமையையும் அறிந்திருக்க மாட்டேன். மலாய் நாட்டில் எங்களுடைய சொத்து சுதந்திரமெல்லாம் போனது பற்றி நான் கவலைப்படவில்லை. அதன் பயனாகத்தான் உங்களை அடைய நான் கொடுத்து வைத்திருந்தேன்!" என்றாள் பங்கஜா.

"கொடுத்து வைத்திருந்தவன் நான். ஜப்பான்காரன் மலாய் நாட்டுக்குப் படையெடுத்து வந்ததே உன்னை என்னிடம் கொண்டு சேர்ப்பதற்காகத்தான். இல்லாவிட்டால், அந்தப் பட்டிக்காட்டுப் பெண் செம்பவளவல்லியைப்போல் யாராவது ஒருத்தியைக் கட்டிக் கொண்டு கஷ்டப்படுவேன்" என்றார் சின்னமுத்துக் கவுண்டர்.

"இன்றைக்கு இப்படிச் சொல்கிறீர்கள்! அன்றைக்கு அந்தப் பட்டிக்காட்டுப் பெண்ணைத்தான் ஆகாசத்திலே தூக்கி வைத்துப் பேசினீர்கள், பிரமாத கெட்டிக்காரி என்று...!"

"அவள் ஒன்றும் கெட்டிக்காரி இல்லை. செங்கோடனிடம் அவள் வைத்திருந்த ஆசை அப்படி அவளைக் கெட்டிக்காரியாகச் செய்திருந்தது."

"அவள் பேரில் நீங்கள் வைத்திருந்த ஆசை உங்களை அவ்வளவு பலசாலியாகச் செய்துவிட்டது; அதனால் தானே பங்காருவின் தலையில் அந்தக் கடப்பாரையைப் போட்டீர்கள்? அவள் உயிரைக் காப்பாற்றினீர்கள்?"

"அவள் பேரில் ஆசையால் அவளை நான் காப்பாற்றவில்லை. உன்பேரில் வைத்த ஆசையினால்தான் காப்பாற்றினேன். என் கண்மணி! இதைக்கேள், கேட்டு நன்றாய் மனத்தில் பதிய

வைத்துக்கொள். பங்காரு செய்த தவறையே நானும் செய்தேன். குடிசைக்குள் இருள் சூழ்ந்திருந்தது. அந்த இருட்டில் ஒரு பெண் உள்ளே வந்தாள். அவள் செம்பா என்று நான் நினைக்கவேயில்லை. நீ என்று தான் நினைத்தேன். அதனால் தான் என் கைகளுக்கு அவ்வளவு பலம் ஏற்பட்டது. பங்காருவின் மண்டையில் கடப்பாரையைப் போட்டேன்...

இதைக் கேட்டதும் பங்கஜாவுக்கு உடம்பு புல்லரித்தது. சினிமா கதாநாயகிகளைப்போல் பேசினாள்; காரியத்திலும் நடந்து கொண்டாள்.

"நாதா! இத்தனை நாளும் இதைச் சொல்லவில்லையே? எனக்காக எப்பேர்ப்பட்ட காரியத்தைச் செய்தீர்கள்? என் உடல் பொருள் ஆவியெல்லாம் ஏழேழு ஜன்மத்துக்கும் உங்களுடைய உடைமை" என்றாள் பங்கஜா.

அந்த நிமிஷத்தில் மாஜி போலீஸ்காரர் சின்னமுத்துக் கவுண்டர் ஏழாவது சொர்க்கத்தை அடைந்தார்.

சேலம் ஜங்ஷனின் தீப வரிசைகள் சற்று தூரத்தில் தெரிந்தன. நகருக்குள் புகுந்து சுற்றி வளைத்துக் கார் போக வேண்டியிருந்தது. ரெயில் வண்டி ஒன்று 'குப் குப்' என்ற சத்தத்துடன் வரும் சத்தம் கேட்டது. 'விஸில்' ஊதும் சத்தமும் கேட்டது.

"மெட்ராஸ் வண்டி வந்துவிட்டது. ஆனால், கொஞ்ச நேரம் நிற்கும். அவசரமில்லை" என்றார் டிரைவர்.

"அப்படியானால் பாக்கிக் கதையையும் சொல்லி முடித்துவிடு!" என்றேன்.

"கதைதான் முடிந்துவிட்டதே! செங்கோடக் கவுண்டரும் செம்பவளவல்லியும் ஆனந்தமாக இல்வாழ்க்கை நடத்தி வருகிறார்கள். இரண்டு பெண் குழந்தைகளும் ஓர் ஆண் குழந்தையும் அவர்களுக்கு இருக்கின்றன. செங்கோடக் கவுண்டர் மேலும் கொஞ்சம் நிலம் வாங்கிச் சேர்த்திருக்கிறார். நாலு வருஷமாக மழை பெய்யாமலிருந்தும் அவருடைய கேணியில் நிறையத் தண்ணீர் இருக்கிறது. அவருடைய நிலங்கள் பச்சென்று இருக்கின்றன. சோளம் நன்றாகப் பயிராகிக் கொண்டைவிட்டிருக்கிறது அவருடைய குழந்தைகள் சோளக் கொண்டையைப் பறித்துத் தின்றால் இப்போது செங்கோடக் கவுண்டர் திட்டுவதும் ஆட்சேபிப்பதும் இல்லை. செம்பா சில சமயம் குழந்தைகளைத் தடுக்கிறாள். ஆனால், செங்கோடக் கவுண்டர் அவளுடன் சண்டை பிடிக்கிறார். 'குழந்தைகள்

தின்றால் தின்றுவிட்டுப் போகட்டும்! அவர்களுக்கில்லாத சோளக்கொண்டை வேறு யாருக்கு? அப்படியே அறுவடை செய்து வைத்திருந்தால் யாராவது சர்க்கார் உத்தியோகஸ்தர்கள் வந்து கொண்டுபோகப் போகிறார்கள்! குழந்தைகள்தான் தின்றுவிட்டுப் போகட்டுமே' என்று சொல்லுகிறார்!"

"இதைக் கேட்பதற்கு மிகவும் சந்தோஷமாயிருக்கிறது. ஆனால், கேஸ் என்ன ஆயிற்று? குற்றவாளி யார் என்று ஏற்பட்டது?"

"ஏன்? குற்றவாளிகள் எஸ்ராஜுவும் பங்காருசாமியுந்தான். கள்ள நோட்டுப் போட முயன்றதற்காக அவர்களுக்குத் தலைக்கு மூன்று வருஷம் கடுங்காவல் தண்டனை கிடைத்தது. கள்ள நோட்டுப் போடுவதில் அவர்கள் வெற்றி பெறவும் இல்லை. ஒரு நோட்டையாவது அவர்களால் செலாவணி செய்ய முடியவில்லை. ஆகையால், தலைக்கு மூன்று வருஷத் தண்டனையோடு போயிற்று."

"பங்காருவுக்குக் கூடவா தண்டனை கிடைத்தது?"

"ஆமாம்; அவன் தான் கேஸில் முதல் குற்றவாளி."

"குற்றவாளியை யமலோகத்திலிருந்து யார் விசாரணைக்குக் கொண்டு வந்தார்கள்? செத்துப் போனவன் மீது கேஸ் போடுவது உண்டா?"

"பங்காரு செத்துப் போனான் என்று யார் சொன்னது? கொட்டறாப்புள்ளி மாதிரி இருக்கிறானே! அவனுடைய தலைக் காயம் சில நாளைக்குள் ஆறிவிட்டது. சிறையில் நன்றாய்க் கொழுத்து வெளியே வந்தான்."

"பின்னே, 'கொலைக் கேஸ்', 'கொலைக் கேஸ்' என்று சொன்னாயே? 'கொப்பனாம்பட்டி கொலை' என்றும் 'மிக மர்மமான கொலை' என்றும் சொன்னாயே!"

"சாதாரண கொலைக் கேஸ்களில் கொன்ற குற்றவாளி யார் என்பது மர்மமாயிருக்கும். அதைக் கண்டுபிடிக்கப் போலீஸாரும் துப்பறிவோரும் பாடுபடுவார்கள். ஆனால், இந்தக் கொப்பனாம் பட்டி கொலைக் கேஸில் கொலை செய்தவன் யார் என்பதும் மர்மம்; கொலையுண்டவன் யார் என்பதும் மர்மம்! உண்மையில் யாரும் சாகவில்லை! ஆகையால், கொலை செய்யப்படவும் இல்லை! செங்கோடக் கவுண்டன் அன்றிரவு, 'நான் தான் கொன்றேன்' 'நான்தான் கொன்றேன்' என்று கத்தியதால் 'கொப்பனாம்பட்டி கொலைக் கேஸ்' என்று பெயர் வந்து விட்டது. கொல்லப்பட்டவன் யார் என்பது தெரியாமலேயே

ஜனங்கள், 'கொப்பனாம்பட்டி கொலைக் கேஸ்' என்று பேசிக் கொண்டிருந்தார்கள். அதைத்தான் நானும் சொன்னேன்!" என்றார் மோட்டார் டிரைவர்.

"கதை இப்படி முடிந்ததில் எனக்கு மிகவும் சந்தோஷம். ஆனால், போலீஸ்காரரர் விஷயம் என்னவாயிற்று? அவர் ஏன் போலீஸ் இலாகாவைவிட்டு விலகினார்?" என்று கேட்டேன்.

"ராஜினாமா தான். கள்ள நோட்டுக் கேஸில் அவர் சரியான தடையம் கண்டுபிடித்துக் கொடுக்கவில்லை என்று அவர்பேரில் புகார் ஏற்பட்டது. கள்ள நோட்டுகள் என்று அவர் குடிசையிலிருந்து திரட்டி மூட்டைக் கட்டிக்கொண்டு வந்தவை, உண்மையில் உண்மையான நோட்டுகள் என்றும், செங்கோடன் தவலையில் இருந்தவை என்றும் தெரியவந்தன. இதனால் போலீஸ்காரருக்குப் 'பிளாக் மார்க்' கிடைத்தது. எதிர்பார்த்தபடி பிரமோஷன் கிடைக்கவில்லை. ஆகவே கோபங்கொண்டு ராஜினாமா செய்துவிட்டார்."

"செங்கோடனுக்கு அவனுடைய பணம் கிடைத்து விட்டதாக்கும்!"

"திவ்யமாகக் கிடைத்துவிட்டது. ஆனால், செங்கோடன் இப்போதெல்லாம் பணத்தைப் புதைத்து வைப்பதில்லை. மிச்சமாகும் பணத்தைப் பாங்கியிலோ, சர்க்கார் கடன் பத்திரங்களிலோ போட்டு வட்டியும் வட்டிக்கு வட்டியும் வாங்குகிறான்."

"ரொம்ப சந்தோஷம்" என்றேன்.

கடைசியாகக் கேட்க எண்ணியிருந்த கேள்வியையும் கேட்டுவிட்டேன்:

"போலீஸ்காரரர் இப்போது என்ன செய்கிறார்?" என்றேன்.

"மாஜி கான்ஸ்டேபிள் 374ஆம் நம்பர், இப்போது மோட்டார் டிரைவர் வேலை பார்க்கிறார்! கார் ஓட்டும் சமயம் தவிர மற்ற வேளையெல்லாம் கால்மேல் கால் போட்டுக்கொண்டு உட்கார்ந்து பெண்சாதியை அதிகாரம் பண்ணிக்கொண்டிருக்கிறார்!"

இன்னும் ஒரே ஒரு கேள்வி பாக்கியிருந்தது: "அந்த மோட்டார் டிரைவர் நீர்தானா?" என்பது.

ஆனால், நான் அதைக் கேட்கவில்லை. எதற்காகக் கேட்பது? நாயின் உயிரைக் காப்பதற்காக மோட்டாரையும் என்னையும் அவர்

வேலை தீர்த்துவிடப் பார்த்ததை நினைத்தாலே தெரியவில்லையா?
இந்தக் கேள்வியை அவரிடம் கேட்கப் போவானேன்?

●

கள்வனின் காதலி

கல்கி

மனிதர்களுடைய இதயந்தான் என்ன ஆச்சரியமான இயல்பு உடையது? யாரிடத்திலே நம்முடைய அன்புக்குக்கங்கு கரையில்லையோ, அவர் மேலேதான் நமக்குக் கோபமும் அளவு கடந்து பொங்குகிறது. யாருடைய பெயரைக் கேட்ட மாத்திரத்தில் இதயம் கனிந்து உருகுகிறதோ, அவர் எதிரே வரும்போது வாயானது கடும் மொழிகளைச் சொல்கிறது. யாரைப் பார்க்கவேண்டும், பார்க்கவேண்டும் என்று உடம்பின் ஒவ்வொரு நரம்பும் துடித்துக் கொண்டிருக்கிறதோ, அப்படிப்பட்டவர் வந்த உடனே "ஏன் வந்தாய்?" என்று கேட்பதுபோல் நடந்துகொள்ளச் சொல்கின்றது. யாருடைய பிரிவினால் உயிரே பிரிந்துபோவது போன்ற வேதனை உண்டாகிறதோ, அத்தகையவரை உடனே போகச் செய்யும்படியான வார்த்தைகளையும் சொல்லத் தூண்டுகிறது! மனித இருதயம் உண்மையிலே மிகவும் ஆச்சரியமான இயல்பு உடையதுதான்.

கல்கியின் முதல் நாவல்.

₹150

மேலும் வாசிக்க
www.penbird.in

சோலைமலை இளவரசி

கல்கி

மூன்று நூற்றாண்டுகளுக்கு முன், பகைவனிடமிருந்து ஒளிந்த இளவரசன், சோலைமலை அரண்மனையின் ரகசியங்களில் கரைந்தான். இன்று, அதே அரண்மனையில் தஞ்சம் புகும் சுதந்திரப் போராட்ட வீரர் குமாரலிங்கம், விதியின் வினோதத்தால் கடந்த காலத்துடன் பிணைக்கப்படுகிறான். கனவுகளா அல்லது தலைமுறைகள் தாண்டிய தொடர்பா? இளவரசனின் வீரமும் காதலியின் ஏக்கமும் காலத்தை வென்று குமாரலிங்கத்தின் நிகழ்காலத்தில் எதிரொலிக்கின்றன. அரண்மனையின் மர்மங்கள் அவனை வழிநடத்துமா அல்லது கடந்த காலத்தின் கைதியாக்குமா? காதலும் வீரமும் காலத்தால் அழியுமா?

₹150

மேலும் வாசிக்க
www.penbird.in

மோகினித் தீவு

கல்கி

சரித்திரமும், காதலும், மர்மமும் ஒருங்கே கலந்த ஒரு காவியப் பயணம் - கல்கியின் 'மோகினித்தீவு' பர்மாவுக்குச் சென்ற ஒருவன், எதிர்பாராதவிதமாக ஒரு தீவில் சிக்கிக்கொள்கிறான். அந்தத் தீவில், சோழ இளவரசர்களின் வீரக் கதைகளும், பாண்டிய இளவரசியின் வசீகரமான அழகும், இரு அரசுகளுக்கிடையேயான அரசியல் சூழ்ச்சிகளும் அவனைச் சூழ்ந்துகொள்கின்றன. போர்க்களத்தின் பரபரப்பும், அரண்மனையின் அந்தரங்கங்களும் எனப் பல அடுக்குகளைக் கொண்ட இந்த நாவல், நம்மை வேறொரு காலத்திற்கு அழைத்துச் செல்லும் என்பதில் சந்தேகமில்லை.

₹100

மேலும் வாசிக்க

www.penbird.in